പ്രേതങ്ങൾ

ഇബ്സൻ

വിവ: കെ. വത്സൻ

INSIGHT PUBLICA ®

കണ്ണൂർ ജില്ലയിലെ കുഞ്ഞിമംഗലം സ്വദേശി. പയ്യന്നൂർ കോളേജിൽ നിന്ന് ഇംഗ്ലീഷ് സാഹിത്യത്തിലും, തിരുവനന്തപുരം നെടുങ്ങണ്ട എസ്.എൻ. ട്രെയ്നിങ്ങ് കോളേജിൽ നിന്ന് അദ്ധ്യാപനത്തിലും ബിരുദങ്ങൾ. കേരളത്തിലും പുറത്തുമായി പല തൊഴിലുകൾ ചെയ്തു. പ്രസിദ്ധീകരിക്കപ്പെട്ട **രചനകൾ:** *സഹനത്തിനും സ്വപ്നങ്ങൾക്കും ഇടയിൽ* (നാടകം), *പാതകൾ* (നാടക സമാഹാരം).

വിലാസം: അശ്വതി, അടിയപ്പാറ, കൂത്തുപറമ്പ്, കണ്ണൂർ - 670 643

കെ. വത്സൻ

INSIGHT PUBLICA®

INSIGHT PUBLICA®

Nadakkavu, Kozhikode, Kerala
www.insightpublica.com
e-mail: insightpublica@gmail.com

Prethangal

(Malayalam-Drama)

Henrik Ibsen

Translation: K. Valsan
First Edition: February 2012
This Edition: August 2022

ISBN 978-93-5517-180-1
Printed and Published by
InsightinPublica Printers & Publishers Pvt Ltd.

ജനനം 1828-ൽ നോർവ്വേയിലെ സ്കീനിൽ. ദാരിദ്ര്യവും ഏകാന്തതയും അനുഭവിച്ച കുട്ടിക്കാലം. പതിനഞ്ചാം വയസ്സിൽ സ്കൂൾ വിദ്യാഭ്യാസം നിർത്തേണ്ടിവന്നു. വീടുവിട്ട് ഒരു വൈദ്യശാലയിൽ സഹായിയായി ചേർന്നു. പതുക്കെ പത്രപ്രവർത്തനത്തിലേക്കും നാടക രചനയിലേക്കും തിരിഞ്ഞു. 1864-ൽ പുതിയ അന്തരീക്ഷം തേടി ഇറ്റലിയിലേക്കു പോയി. ഇരുപത്തേഴുകൊല്ലക്കാലം ഇറ്റലിയിലും ജർമ്മനിയിലുമായി കഴിഞ്ഞു. ഈ കാലയളവിൽ തുടരെ നാടകങ്ങളെഴുതി. 1891-ൽ ജന്മനാട്ടിൽ തിരിച്ചെത്തുമ്പോഴേക്കും ലോകപ്രശസ്തി നേടിയിരുന്നു. 1906-ൽ, എഴുപത്തെട്ടാം വയസ്സിൽ നിര്യാതനായി.

ഇബ്സൻ

“

...അപ്പോഴാണ് ഞാൻ
ചിന്തിച്ചുപോയത് നമ്മളെല്ലാം
പ്രേതാത്മാക്കളാണെന്ന്,
നമ്മളിൽ ഓരോരുത്തരും. നമുക്ക്
നമ്മുടെ മാതാപിതാക്കളിൽ നിന്നും
ജന്മനാ കിട്ടുന്നതു മാത്രമല്ല നമ്മിൽ
ഒഴിയാബാധയായിരിക്കുന്നത്.
എല്ലാത്തരം മൃതിയടഞ്ഞ
സിദ്ധാന്തങ്ങളും, കാലഹരണപ്പെട്ട
വിശ്വാസങ്ങളും, അസംഗതമായ
സംഗതികളും പ്രേതങ്ങളായി നമ്മെ
ആവേശിക്കുന്നു. വാസ്തവത്തിൽ
അവ നമ്മിൽത്തന്നെ തുടർച്ചയായി
ജീവിക്കുന്നു എന്നല്ല; സാന്ദർഭികമായി
അവ നമ്മിലേക്ക് ചേക്കേറുകയാണ്,
അവയിൽ നിന്ന് നമുക്ക് മോചനവുമില്ല.
ഞാൻ ഒരു വർത്തമാനപ്പത്രം
കൈയിലെടുക്കുകയേ വേണ്ടൂ,
അപ്പോൾ കാണാം വരികൾക്കിടയിലൂടെ
പ്രേതങ്ങൾ തെന്നിനീങ്ങുന്നതുപോലെ.
ലോകത്തെമ്പാടും പ്രേതങ്ങളായിരി
ക്കണം, കടൽത്തീരത്തെ മണൽത്തരികൾ
പോലെ അസംഖ്യം.
എന്നിട്ട് നമ്മളിതാ, നമ്മളെല്ലാം,
ഉൽക്കടമായി ഭയപ്പെട്ടു നിൽക്കുന്നു,
വെളിച്ചത്തെ. ”

പ്രേതങ്ങൾ ഒരു പരിപ്രേക്ഷ്യം
സി.എം.രാജൻ

കാലത്തിനു ഹരിക്കാനാവാത്തവയാണ്, കുറക്കാനും, ചിരന്തനരചനകളെന്ന് കേൾവിപ്പെടുന്നത്. ഇബ്സനെ കാലം ആഹരിച്ചുവോ, "പ്രേതങ്ങ"ളെ ചരിത്രത്തിന്റെ ചിതയെടുത്തുവോ, ചിതലരിച്ചുവോ എന്നൊക്കെ വ്യാകുലപ്പെടുന്നവർ അന്തർദേശീയതലത്തിൽ കഴിഞ്ഞ വർഷം അവതരിപ്പിക്കപ്പെട്ട നാടകങ്ങളുടെ കണക്കെടുത്താൽ മാത്രം മതി. മുപ്പത്തിയഞ്ച് രാജ്യങ്ങളിലായി നൂറ്റിയറുപത്തിയാറ് അരങ്ങുകൾ. "പാവവീട്" കഴിഞ്ഞാൽ അരങ്ങു ഭരിച്ചതിൽ മുമ്പൻ "പ്രേതങ്ങൾ" തന്നെ. അപമാനഭീതിയുടെയും പിടിവിടാത്ത ഗതകാലത്തിന്റെയും കൊടിയ ദുരിതത്തിന്റെ ഈ കുടുംബനാടകം "ഗെൻഗാൻഗെരെ" (gengangere) എന്ന നോർവീജിയൻ മൂലനാമത്തിൽ നോർവെയിലും "എസ്പെക്ത്രോസ്" (espectros) എന്ന പേരിൽ അർജന്റീനയിലും, ബ്രസീലിലും ഇതേ വർഷം അരങ്ങിലെത്തുകയുണ്ടായി. കാഴ്ചയുടെയും കേൾവിയുടെയും കലാകൃതിയായി മാത്രമല്ല, വായനയുടെ കാര്യത്തിലും "പ്രേതങ്ങൾ" കഴിഞ്ഞ കൊല്ലം അരങ്ങു തകർത്തു. ഇന്റർനെറ്റ് സർവ്വെകൾ കാണിക്കുന്നതതാണ്. ഷേക്സ്പിയർ കഴിഞ്ഞാൽ ഏറ്റവുമധികം അരങ്ങേറപ്പെടുന്ന കാളിദാസൻ ഇബ്സനല്ലേ എന്ന് സംശയിക്കപ്പെട്ടേക്കാം. അല്ല, അത് നിസ്സംശയം തന്നെ. നിർവ്വിതർക്കവും.

പത്തൊമ്പതാം നൂറ്റാണ്ടിലെഴുതപ്പെട്ട ഒരു നാടകം ഈ ഇരുപത്തിയൊന്നാം നൂറ്റാണ്ടിൽ എന്തിനു അരങ്ങേറ്റപ്പെടണം എന്നാരെങ്കിലും ശങ്കിച്ചാൽ അതിനൊരുത്തരമിതാണ്: ഒരു രാജാ രവിവർമ്മയോ, കെ.സി.എസ്. പണിക്കരോ, ടാഗോറോ, അയ്യപ്പപണിക്കരോ നമുക്ക് വേണ്ട, ഒരു റാംഗോപാൽ വർമ്മയോ, ചേതൻ ഭഗത്തോ, ശോഭാ ഡേയോ മതിയെന്നാണെങ്കിൽ, ഇബ്സൻ ഇക്കാലത്ത് അരങ്ങു കേറേണ്ട കാര്യമില്ല. ത്യാഗരാജനോ, ദീക്ഷിതരോ പാടേണ്ട, 'കൊലവെറി' മാത്രം പാടിയാൽ മതി ഇന്നെന്നാണെങ്കിൽ ഇബ്സൻ ലൈബ്രറികളിൽ ഉറങ്ങിയാൽ മതി. ഒരു സംഗീതശില്പത്തിന്റെയോ, ചിത്രത്തിന്റെയോ മൂല്യമിരിക്കുന്നത് അതിന്റെ സ്രഷ്ടാവ് നമ്മോടാസ്വദിക്കാൻ ആവശ്യപ്പെടുന്ന ഉൾക്കാഴ്ചയിലും ഗഹനതയിലും നൈപുണ്യത്തിലുമാണ്. ഒരു കലാകൃതിയെ സമീപിക്കേണ്ടത് അതിന്റെ അർത്ഥമെന്തെന്ന് ആരാഞ്ഞുകൊണ്ടല്ല, അതെന്തു ചെയ്യുന്നുവെന്ന് ആരാഞ്ഞുകൊണ്ടാകണം.

ആശയങ്ങളെ കുറിച്ചുള്ളതല്ല, സൂക്ഷ്മതയെ കുറിച്ചുള്ളതാണ് തന്റെ നാടകങ്ങളെന്ന് ബെക്കെറ്റ് പറഞ്ഞതോർക്കുന്നു. രണ്ടോ മൂന്നോ മണിക്കൂറുകൾ അരങ്ങിലെ കൊച്ചിടത്തിൽ നാടകധർമ്മം നിർവഹിക്കുന്നതിനായി

ഉചിതമായ സംഘർഷശക്തികളെ, ഉചിതമായ സന്ദർഭങ്ങളിൽ, കർക്കശമായ കൃത്യതയോടെ കൊണ്ടു നിർത്തുന്നതിലാണ് ഒരു നാടകകാരന്റെ മികവും കഴിവും. ഈ പ്രത്യുല്പന്നമതിത്വത്തിലാണ് പ്രതിഭയിരിക്കുന്നത്. ഇബ്സൻ തന്റെ വൈരുദ്ധ്യാത്മക മത്സരം അവതരിപ്പിക്കുന്നതിലുള്ള ഈ കൃത്യത പ്രദർശിപ്പിക്കുന്നത് ദൈനംദിനയാഥാർത്ഥ്യത്തിന്റെ സത്യ പരിവേഷത്തെ പൊളിച്ചെഴുതിക്കൊണ്ടാണ്; അരങ്ങിൽ കാണുന്നതല്ല സത്യം, അതല്ല കാര്യമെന്നു വെളിപ്പെടുത്തിക്കൊണ്ടാണ്. രംഗത്തവതരിപ്പിക്കപ്പെടുന്ന യാഥാർത്ഥ്യം മറ്റൊരു യാഥാർത്ഥ്യമാണെന്ന് പ്രേക്ഷകന് അവബോധമുണ്ടാകുമ്പോഴാണ് ഈ പൊളിച്ചെഴുത്ത് പൂർണമാകുന്നത്. അരങ്ങിലെ കാഴ്ചയുടെ പ്രത്യക്ഷസത്യം നിഷേധിക്കുക വഴി ഇബ്സന്റെ നാടകം ആത്മനിഷേധിയായ റിയലിസമാണ് പ്രദർശിപ്പിക്കുന്നത്.

പത്തൊമ്പതാം നൂറ്റാണ്ടിലെ സോഷ്യൽ റിയലിസത്തോടെന്നതിനേക്കാൾ ഇരുപതാം നൂറ്റാണ്ടിലെ ആധുനികതയോടാണ് 'പ്രേതങ്ങൾ'ക്ക് ചാർച്ച. പൌണ്ടിന്റെയും, എലിയറ്റിന്റെയും, ജോയ്സിന്റെയും കൃതികളിലെ ഒരു സവിശേഷത ശ്രദ്ധിച്ചാൽ ഇതറിയാം; ആധുനികതയ്ക്കൊപ്പമുള്ള സാംസ്കാരികഭ്രതകാലത്തിന്റെ സഹവർത്തിത്വം. ഇബ്സന്റെ ആയുഷ്ക്കാല ആരാധകനായിരുന്ന ജോയ്സ് സാധിച്ചത് നോക്കു. ഡബ്ലിനിലെ ഒരൊറ്റ ദിവസത്തെ സംഭവങ്ങളിലേക്ക് പാശ്ചാത്യദേശത്തെ ചരിത്രപരവും ഇതിഹാസപരവുമായ ഭീമപൈതൃകത്തെ ജോയ്സ് 'യുളീസസ്സി'ൽ സന്നിവേശിപ്പിച്ചു. 'സമകാലീനചരിത്രത്തിന്റെ അരാജകത്വത്തെയും വിഫലതയെയും നിയന്ത്രിക്കാനും വിന്യസിക്കാനും ഉപയോഗിക്കപ്പെട്ട ജോയ്സിന്റെ ഈ ഇതിഹാസരീതി (mythic method)യെ എലിയറ്റ് ശ്ലാഘിക്കുകയുണ്ടായി. 'കുടുംബപുനഃസമാഗമ' (The family Reunion) ത്തിൽ എലിയറ്റും ഇത് സാധിക്കുന്നുണ്ട്. അഗമെംനോന്റെയും, ക്ലിറ്റംനെസ്റ്റയുടെയും, ഒരസ്റ്റസിന്റെയും കഥ ഇരുപതാം നൂറ്റാണ്ടിലെ ഇംഗ്ലണ്ടിലെ ഒരു ഗ്രാമീണ ഭവനത്തിൽ എലിയറ്റ് വീണ്ടും അരങ്ങേറുന്നു. യവനവും ക്രിസ്തീയവും ആധുനികവുമായ അവബോധങ്ങൾ എലിയറ്റ് ഭംഗിയായി ഇഴുക്കിച്ചേർത്തതിനെ വിമർശകർ പുകഴ്ത്തിയിട്ടുണ്ടായിരുന്നു. 'പ്രേതങ്ങ'ളിൽ ഇബ്സൻ സാധിച്ചതും ഇത് തന്നെയാണ്.

ആധുനികനാടകങ്ങളിലെ ഇത്തരമൊരു പ്രയോഗത്തിലേക്ക് ഇബ്സനെ നയിച്ചത് ഹെഗലിയൻ ദർശനമാണെന്ന് ഇബ്സന് ഹെഗലിനോടുള്ള പ്രതിപത്തിയിൽ നിന്ന് മനസ്സിലാക്കാം; വിശിഷ്യ 'സ്വത്വത്തിന്റെ പ്രാതിഭാസികശാസ്ത്ര' (The Phenonmenology Of Spirit)ത്തോട്. പാശ്ചാത്യ സ്വത്വത്തിന്റെ പിറവിയെക്കുറിച്ച്, ആധുനിക സ്വത്വത്തിന്റെ ഉറവകളെക്കുറിച്ച്, പറയുമ്പോൾ ഹെഗെലിന്റെ പുസ്തകം പ്രേതങ്ങളെക്കൊണ്ട് നിറയുന്നത് കാണാം; ആന്റിഗണിയും, ഈഡിപ്പസ്സും, ഒരസ്റ്റെസ്സുമെല്ലാം. ദീർഘവും ക്ഷുഭിതവുമായ ആത്മീയ സാംസ്കാരിക പരിണാമങ്ങളിലൂടെ നാം കടന്നുപോയതെങ്ങിനെയെന്ന് ഹെഗൽ ചൂണ്ടിക്കാണിക്കുന്നു. ആധുനിക മാനവസ്വത്വത്തിലേക്ക് പരിണമിക്കുന്നതിനിടയിൽ നാം അനുഭവിച്ച സംഘർഷങ്ങളും സംഭവങ്ങളും പുനർജ്ജീവിച്ചുതീർത്താലേ,

നമുക്ക് നാം ആരെന്ന് തിരിച്ചറിയാനാവൂ. നാം ഇന്ന് നിവസിക്കുന്ന ലോകത്തിൽ എങ്ങിനെ നാം ഇങ്ങിനെയായി തീർന്നുവെന്ന് അന്വേഷിച്ചുകൊണ്ട് മനുഷ്യാവബോധത്തിന്റെ പരിണാമത്തെ 'സ്വത്വത്തിന്റെ പ്രാതിഭാസികശാസ്ത്രം' ഘട്ടം ഘട്ടമായി അരങ്ങേറ്റുന്നു. മുൻകാലങ്ങളിലെ മനുഷ്യാവബോധങ്ങളുടെ നൂറ്റാണ്ടുകളിലൂടെയുള്ള സംഘർഷങ്ങളിലൂടെയാണ് നമ്മുടെ ആധുനികാവബോധം പിറവിയെടുക്കുന്നത്. ഈ നവാവബോധമാകട്ടെ പുരാതനാവബോധങ്ങളെ അതിവർത്തിക്കുമ്പോൾത്തന്നെ അവയെ അന്തർവഹിക്കുകയും ചെയ്യുന്നു. നമ്മുടെ ശരീരം ജീവപരിണാമത്തിന്റെ സൂക്ഷ്മരേഖകൾ വഹിക്കുന്നതുപോലെ നമ്മുടെ ബോധം സാംസ്കാരികഭൂതത്തിന്റെ സൂക്ഷ്മരേഖകൾ ഉൾക്കൊള്ളുന്നു. ഇബ്സന്റെ പ്രേതങ്ങൾ ഈ രണ്ടു രേഖകളും പ്രകാശിപ്പിക്കുന്നു. ഓസ്വാൾഡിനു പിടിപെടുന്ന സിഫിലിസ് എന്ന രോഗം ഇന്നത്തെ ജീവിതത്തിലേക്ക് മൂർച്ചയോടെ ആഴ്ന്നിറങ്ങുന്ന ജൈവവും സാംസ്കാരികവുമായ ഭൂതമാണ്.

യഥാതഥമായ കഥാപാത്രങ്ങൾക്കും അവരുടെ കർമ്മങ്ങൾക്കും ദൃശ്യങ്ങൾക്കും പിറകിലുള്ള ആദിരൂപങ്ങളുടെ സേനയെ മാനവസംസ്കാരത്തിന്റെ ഭൂതകാലത്തിൽ നിന്നും ആവാഹിച്ചുകൊണ്ടു വരുന്ന തന്ത്രം ഇബ്സനാണ് ആദ്യം നാടകത്തിൽ പയറ്റിയത്. ഒരാധുനിക സാഹിത്യകാരൻ കലാസാഹിത്യസാംസ്കാരികചരിത്രം ആഴത്തിൽ അറിഞ്ഞിരിക്കേണ്ടത് അനിവാര്യമാണെന്ന് അദ്ദേഹത്തിനു ബോധ്യമുണ്ടായിരുന്നു. അത്തരമൊരറിവിന്റെ അഭാവത്തിൽ തന്റെ സമകാലീനരെക്കുറിച്ചും അവരുടെ കലയെക്കുറിച്ചും അവയ്ക്കു പിറകിലെ ചോദനകളെക്കുറിച്ചും ഉപരിതലസ്പർശിയായി മാത്രമേ അറിയാൻ കഴിയുകയുള്ളുവെന്നും അദ്ദേഹം അറിഞ്ഞിരുന്നു. ഇബ്സനിൽ യവനനാടകാചാര്യന്മാരുടെ സ്വാധീനമുണ്ടായിരുന്നുവെന്നുള്ളതിനുള്ള തെളിവാണ് ഇബ്സന്റെ ഈ അവബോധം.

ഉദാഹരണമായി 'പ്രേതങ്ങ'ളുടെ സമയക്രമമെടുക്കാം. നാടകം തുടങ്ങുന്നത് ഉച്ചഭക്ഷണത്തിന് മുമ്പ്, രാവിലെ, അവസാനിക്കുന്നത് പിറ്റേന്ന് സൂര്യോദയത്തിൽ. ഉച്ചഭക്ഷണത്തിന്റെ സമയം മാറ്റിനിർത്തിയാൽ ഏകദേശം ഒരു പതിനാറുമണിക്കൂർ സമയം നാടകത്തിലെ സംഭവങ്ങൾ അരങ്ങേറിത്തീരുന്നത് വെറും രണ്ടു മണിക്കൂറിൽ. ഒന്നിനു പിറകെ ഒന്നായി ആശയയുക്തിയോടെ സംഭവങ്ങൾ ഉരുത്തിരിഞ്ഞുവരുന്നതിനിടയിൽ പ്രേക്ഷകർ ഈ അസ്വാഭാവികത ശ്രദ്ധിക്കില്ല. ദൈനംദിനജീവിതത്തിലെ സമയക്രമത്തെ 'പ്രേതങ്ങൾ' അപ്പടി പകർത്തുന്നില്ല; മറിച്ച്, അതിനെ കുറുക്കിച്ചുരുക്കുന്നു. ഈ കുറുക്കിച്ചുരുക്കൽ ഒരു യവനനാടകസമ്പ്രദായമാണ്. സോഫോക്ലീസിന്റെ 'ഈഡിപ്പസ്സി'ൽ രണ്ടു മണിക്കൂറിൽ എന്തൊക്കെ നടക്കുന്നുവെന്നു നോക്കൂ. ഹെലൻ ആൾവിംഗിനെപ്പോലെ ഈഡിപ്പസും നിഷ്കളങ്കമായാണ് തന്റെ ആത്മയാനം ആരംഭിക്കുന്നത്. തുടർന്ന് രണ്ടുമണിക്കൂറിനുള്ളിൽ ഈഡിപ്പസ് എല്ലാം തകർന്ന്, അഭിശപ്തനായി, ആത്മനിന്ദയിലേക്ക് നിപതിക്കുന്നു, ഹെലനെപ്പോലെ.

'പ്രേതങ്ങൾ'ക്ക് യവനനാടകങ്ങളോടുള്ള സാദൃശ്യം ഘടനയിലും, ദുരന്തയുക്തിയിലും മാത്രമല്ല, മൂന്നുമുഖ്യയവനദുരന്തനാടകങ്ങളിലെ

കഥാപാത്രങ്ങളും ആശയങ്ങളും സംഭവങ്ങളും 'പ്രേതങ്ങ'ളിൽ ഉയിർത്തെഴുന്നേൽക്കുന്നുണ്ട്. അവയിൽ ആദ്യത്തേത് ഈസ്കിലസ്സിന്റെ 'ഒരേസ്റ്റിയ'യാണ്. ട്രോജൻ യുദ്ധം കഴിഞ്ഞെത്തിയ അഗമെംനോൻ എന്ന യോദ്ധാവിനെ അയാളുടെ ഭാര്യ ക്ലിറ്റെംനെസ്ട്ര വധിക്കുന്നു. ഈ നാടകത്രയത്തിലെ രണ്ടാം നാടകമായ 'കലശവാഹക' (Libation Bearers)രിൽ അഗമെംനോന്റെ മകൻ ഒരെസ്റ്റെസ് ദീർഘപ്രവാസത്തിനു ശേഷം നാട്ടിലെത്തുന്നു. യോദ്ധാവായ അവന്റെ പിതാവിന്റെ ശവകുടീരത്തിൽ അവന്റെ അമ്മയപ്പോൾ വ്യാജമായൊരു ചടങ്ങ് നടത്തുകയാണ്. തന്റെ സഹോദരിയായ ഇലക്ട്രയെ കൂട്ടുപിടിച്ച് അവൻ അമ്മയെ ഹനിച്ച് അച്ഛനുവേണ്ടി പ്രതികാരം നിർവ്വഹിക്കുന്നു. അതിനുശേഷം, സൂര്യനെ സ്തുതിച്ചുകൊണ്ട്, ഉന്മാദത്തിലേക്കാണ്ടുപോകുന്നു.

'പ്രേതങ്ങ'ളിൽ ദീർഘപ്രവാസത്തിനുശേഷം ഓസ്വാൾഡ് എത്തിച്ചേരുമ്പോൾ അവന്റെ അമ്മയും ക്യാപ്റ്റനായിരുന്ന അവന്റെ അച്ഛനുവേണ്ടി കപടമായൊരു ചടങ്ങിൽ ഏർപ്പെട്ടിരിക്കുകയാണ്. മരിച്ചുപോയ ഭർത്താവിനോടുള്ള തന്റെ യഥാർത്ഥ വികാരം മറച്ചുവെക്കാനാണ് ഹെലൻ ക്യാപ്റ്റന് സ്മാരകമുയർത്തുന്നത്. ഓസ്വാൾഡ് അമ്മയെ ഹനിക്കുന്നില്ല. എങ്കിലും ക്ലിറ്റെംനെസ്ട്രയ്ക്കുണ്ടായത്ര തന്നെ ഭീകരമായൊരു ദുരന്തത്തിനവരും ഇരയാവുകയാണ്. ഭർത്താവിനോടവർ ചെയ്ത തെറ്റ് മകനായ് പുനർജ്ജനിക്കുന്നു. മകനിലൂടെ ഭർത്താവിന്റെ പ്രേതം ഉയിർപൂകുന്നതവർ കാണുന്നു. ഒരുതവണ കൂടി അവർക്ക് ഭർത്താവിനെ നശിപ്പിക്കേണ്ടി വരുമെന്ന സ്ഥിതിയിലെത്തുന്നു. സ്വയം നിന്ദയിൽ അവർ നീറുന്നു. ഓസ്വാൾഡിലൂടെ അവന്റെ അച്ഛൻ പ്രതികാരം തീർക്കുകയാണ്. ഉന്മാദിയാകുന്നതോടെ ഓസ്വാൾഡും ഒരെസ്റ്റസ്സിനെപ്പോലെ സൂര്യനെ വിളിക്കുന്നു.

സോഫോക്ലീസിന്റെ 'ഈഡിപ്പസാ'ണ് 'പ്രേതങ്ങൾ' ഓർമ്മിപ്പിക്കുന്ന ഇനിയൊരു യവനനാടകം. തന്റെ പുരോഹിതന്റെ വാക്കുകേൾക്കാതെ ഈഡിപ്പസ് സത്യമാരാഞ്ഞു പോകുന്നു. താൻ തേടുന്ന കുറ്റവാളി താൻ തന്നെയാണെന്നും, അറിയാതെയാണെങ്കിലും തന്റെ കുടുംബം കുളംതോണ്ടിയത് താൻ തന്നെയെന്നുമുള്ള അവബോധത്തിന്റെ ആഘാതത്തിലേക്കാണ് ഈ അന്വേഷണം അദ്ദേഹത്തെ എത്തിക്കുന്നത്. 'പ്രേതങ്ങ'ളിൽ മാൻഡേഴ്സ് പുരോഹിതനെ ധിക്കരിച്ച്, ഹെലൻ ആൾവിംഗ് സത്യാന്വേഷണപരീക്ഷണത്തിന് ഒരുങ്ങുന്നു. അങ്ങനെ അവരും, അറിയാതെയാണെങ്കിലും, തന്റെ കുടുംബത്തിന്റെ വിനാശകയാകുന്നു.

'പ്രേതങ്ങൾ' ഓർമ്മയിലെത്തിക്കുന്ന മൂന്നാമത്തെ യവനദുരന്തനാടകം യൂറിപ്പിഡീസ്സിന്റെ 'ബാക്കെ'യാണ്. താൻ ദൈവമാണെന്ന് നിഷേധിച്ച കാഡമസ്സിന്റെ കുടുംബത്തിൽ പ്രതികാരം അഴിച്ചുവിടുകയാണ് വീഞ്ഞിന്റെയും ജീവിതാനന്ദത്തിന്റെ (ഓസ്വാൾഡിന്റെ livesgleden) യും ദേവനായ ഡയണീഷസ്. അഗാവേ എന്ന അമ്മയെയും അവരുടെ മകനായ പെന്ത്യൂസിനെയും ഒരുപോലെ ഡയണീഷസ് നശിപ്പിക്കുന്നു. നാടകാവസാനം നശിപ്പിക്കപ്പെട്ട തന്റെ മകന്റെ വിച്ഛിന്നമായ ശരീരത്തിന്

സാക്ഷിയാവുകയാണ്. ഈ കഥയിലെ മറ്റൊരു ദൈവം അപ്പോളോയാണ്. സൂര്യനാൽ പ്രതിനിധീകരിക്കപ്പെടുന്ന കലകളുടെ ദേവൻ.

ആൾവിംഗ് കുടുംബത്തിന്റെ പതനത്തെ ചിത്രീകരിക്കുന്ന 'പ്രേതങ്ങൾ' രൂപപ്പെടുന്നതിൽ പ്രാചീന യവനലോകത്തിലെ ഈ പ്രേതങ്ങൾക്ക് വലിയൊരു പങ്കുണ്ട്. പ്രേക്ഷകർ ഇവയെ പ്രത്യക്ഷമായ് അനുഭവിച്ചില്ലെങ്കിലും ഉപബോധാത്മകമായി അവർ ഇവയോട് പ്രതികരിക്കാതിരിക്കില്ല. കാരണം, ഇവ നമ്മുടെ സാംസ്കാരികാവബോധത്തിൽ അലിഞ്ഞുചേർന്നിരിക്കുന്നവയാണല്ലോ.

ഇബ്സൻ സായ്പ്, വി.കെ.എന്റെ ഭാഷയിൽ മൊഴിഞ്ഞാൽ, ഒരു ഇട്ട്യാസുരനാണ്. നോർവെ എന്ന് പറയപ്പെടുന്ന ഒരു ചിന്നരാജ്യം. പ്രാകൃതമെന്ന് ഒരിക്കൽ വിശേഷിപ്പിക്കപ്പെട്ടിരുന്ന നോർവീജിയൻ ഭാഷയിൽ എഴുതപ്പെട്ട ചില നാടകങ്ങൾ. പ്രാചിയിലും പ്രതീചിയിലും നാടകലോകത്തിൽ ആധുനികതയുടെ ഉദ്ഘാടനം നടത്തിയത് ഇവയാണെന്ന് വിശ്വസിക്കാൻ ഇന്ന് പ്രയാസം കാണും. മദ്ധ്യവർഗ്ഗമനുഷ്യജീവികളുടെ നിത്യജീവിതത്തിലെ വ്യവഹാരത്തിനുതകുന്ന അതിസാധാരണമായ ഭാഷ. സാധാരണ ജീവിതചര്യകൾ. അവയ്ക്കിടയിലും 'ഹാംലെറ്റ്', 'കിംഗ് ലിയർ', 'ഈഡിപ്പസ്' പോലുള്ള നാടകപാഠങ്ങളിൽ കാണുന്ന വീർപ്പുമുട്ടിക്കുന്ന ദുരന്തങ്ങൾ ഒളിഞ്ഞിരിപ്പുണ്ടെന്ന് രംഗകലയിൽ ആദ്യം കാണിച്ചുതന്നത് ഇബ്സനാണ്. നമുക്ക് പിന്നീട് ആൽബീ, ഒനീൽ, ഷെനെ, പിരാന്തല്ലോ, ചെക്കോവ്, സാർത്രെ, കൃഷ്ണപ്പിള്ള, സി.ജെ. ശങ്കരപ്പിള്ള ഒക്കെയുണ്ടായി. ഇബ്സനില്ലായിരുന്നുവെങ്കിലും ഇവരൊക്കെ പിറക്കുമായിരുന്നിരിക്കാം. എങ്കിലും ഇബ്സനുണ്ടായതുകൊണ്ട് കാലത്തിന് ഇവരെയൊക്കെ പെറ്റിടാൻ എളുപ്പമായി.

സാമ്പ്രദായിക കുടുംബബന്ധങ്ങളെയും വൈവാഹികബന്ധങ്ങളെയും മാർക്സും ഏംഗൽസും ദർശനശാസ്ത്രത്തിന്റെ അമൂർത്തതലത്തിൽ നിശിതമായി വിമർശിപ്പിച്ചിട്ടുണ്ട്. പക്ഷേ, മൂർത്തമായി, വികാരതീവ്രതയോടെ, അത് രംഗത്ത് അവതരിപ്പിച്ചത് ഇബ്സനാണ്. സ്ത്രീവിമോചനവക്താവായിരുന്നില്ലാ ഇബ്സനെങ്കിലും, സ്ത്രീമോചന സിദ്ധാന്തങ്ങൾക്കും പ്രയോഗങ്ങൾക്കും ചാലകശക്തിയായിരുന്നില്ലാ ഇബ്സൻ എന്ന് പറഞ്ഞാൽ അത് തെറ്റായിരിക്കും.

അമ്പതിലധികം പരിഭാഷകൾ ഉണ്ടായിട്ടുണ്ട് ഇബ്സന് നമ്മുടെ കൊച്ചുകേരളത്തിൽ. ഇബ്സനെയും മൂപ്പരുടെ 'പ്രേതങ്ങളെ'യുമൊക്കെ മലയാളം മാത്രമറിയാവുന്നവർക്ക് ആദ്യം പരിചയപ്പെടുത്തുന്നത് കേസരി എ ബാലകൃഷ്ണപിള്ളയാണ്. 'ഗെൻഗാൻഗെരെ'യ്ക്ക് പണ്ഡിതസമ്മതിയുള്ള ഒരു മലയാളമറുഭാഷ്യം ഉണ്ടാകുന്നത് നാടകഭീഷ്മൻ സി.ജെ.യിലൂടെയാണ്. സി.ജെ. നാടകത്തിന് പേരിട്ടത്. "ഭൂതം" എന്നായിരുന്നു. വൽസൻ, പക്ഷേ, അതിനെ വിളിക്കുന്നത് "പ്രേതങ്ങൾ" എന്നാണ്.

ഉദ്ഭൂതമായവയെല്ലാം ഭൂതം. കഴിഞ്ഞുപോയതും കഴിഞ്ഞകാലവും ഭൂതം. ഭൂതത്തെപ്പോലെയല്ല പ്രേതം. ഭൂതമായിക്കഴിഞ്ഞാലും വർത്തമാനത്തിൽ

അതു തുടരും. പ്രേതം മരിക്കില്ല. മരിച്ചാലും അശരീരിയായി അന്തരീക്ഷ ത്തിലതു തങ്ങിനിൽക്കും. ജാഗ്രതയില്ലാത്ത മനോമണ്ഡലങ്ങളുടെ ഉപബോ ധാബോധസ്ഥലികളിലേക്ക് അരിച്ചിറങ്ങും. വർത്തമാനത്തിൽ മാത്രം ജീവിക്കുന്നുവെന്ന് അഹങ്കരിക്കുന്നവരുടെ പോലും അഹംബോധത്തെ നിയന്ത്രിക്കുന്നത് ഈ പ്രേതങ്ങളാണ്. നൂറ്റാണ്ടുകളുടെ പഴക്കമുള്ള പ്രത്യ യശാസ്ത്രങ്ങളുടെ പ്രേതങ്ങൾ. മൂതി പൂകിയിട്ടും വിസ്മൃതമാകാത്ത അനുഭവങ്ങ ളുടെ പ്രേതങ്ങൾ. സാമൂഹികസദാചാരങ്ങളുമായി സമരസപ്പെടാനാകാതെ അബോധത്തിന്റെ ഇരുളറകളിൽ അവസരം പാർത്തിരിക്കുന്ന ആദിമ ചോദനകളുടെ പ്രേതങ്ങൾ. ജനിതകതന്തുക്കളിലൂടെ രോഗാണുക്കളായും ഉന്മാദരേണുക്കളായും പിറന്നുവീഴുന്നതിനുമുമ്പേ നമ്മുടെ ചിദ്ശരീരങ്ങളിൽ നിഹിതമായിരിക്കുന്ന പൂർവജരുടെ പാപത്തിന്റെ പ്രേതങ്ങൾ. ശ്രീമതി ആൾവിംഗ് പറയുന്നത് ശ്രദ്ധിക്കാം: "......അപ്പോഴാണ് ഞാൻ ചിന്തിച്ചു പോയത് നമ്മളെല്ലാം പ്രേതാത്മാക്കളാണെന്ന്, നമ്മളിൽ ഓരോരുത്തരും. നമുക്ക് നമ്മുടെ മാതാപിതാക്കളിൽ നിന്നും ജന്മനാ കിട്ടുന്നതു മാത്രമല്ല നമ്മിൽ ഒഴിയാബാധയായിരിക്കുന്നത്. എല്ലാത്തരം മൃതിയടഞ്ഞ സിദ്ധാ ന്തങ്ങളും, എല്ലാത്തരം കാലഹരണപ്പെട്ട വിശ്വാസങ്ങളും, അതുപോലെ അസംഗതമായ സംഗതികളും പ്രേതങ്ങളായി നമ്മെ ആവേശിക്കുന്നു. വാസ്തവത്തിൽ അവ നമ്മിൽത്തന്നെ തുടർച്ചയായി ജീവിക്കുന്നു എന്നല്ല; സാന്ദർഭികമായി അവ നമ്മിലേക്ക് ചേക്കേറുകയാണ്, അവയിൽ നിന്ന് നമുക്ക് മോചനവുമില്ല. ഞാൻ ഒരു വർത്തമാനപത്രം കൈയിലെടുക്കുകയേ വേണ്ടൂ, അപ്പോൾ കാണാം വരികൾക്കിടയിലൂടെ പ്രേതങ്ങൾ തെന്നിനീങ്ങു ന്നതുപോലെ. ലോകത്തെമ്പാടും പ്രേതങ്ങളായിരിക്കണം, കടൽത്തീരത്തെ മണൽത്തരികൾ പോലെ അസംഖ്യം. എന്നിട്ട് നമ്മളിതാ, നമ്മളെല്ലാം, ഉൽക്കടമായി ഭയപ്പെട്ടു നിൽക്കുന്നു, വെളിച്ചത്തെ."

ജീവിതത്തിന്റെ സംഘർഷങ്ങളെയും സമ്മേളനങ്ങളെയും സംവിധാനം ചെയ്യുന്ന ഈ പ്രേതങ്ങളെ ഉച്ചാടനം ചെയ്യാതെ സ്വസ്ഥവും സ്വതന്ത്രവും അമൃതവുമായ ജീവിതം ആർക്കും സാദ്ധ്യമല്ല. അവയെ ഉച്ചാടനം ചെയ്യണ മെങ്കിലോ വെളിച്ചത്തിലേക്ക് അവയെ ആവാഹിച്ചാനയിച്ചേ മതിയാകൂ. നാമല്ല, നമ്മിലൂടെ നിരവധി പ്രേതങ്ങളാണ് ജീവിതം ജീവിച്ചു തീർക്കു ന്നതെന്നറിയുമ്പോൾ ഉണ്ടാകുന്ന അശനിപാതത്തിന്റെ രംഗഭാഷ്യമാണ് ഇബ്സന്റെ "പ്രേതങ്ങൾ".

സുസ്ഥാപിതമതങ്ങളും ദർശനശാസ്ത്രങ്ങളും സനാതനമെന്നു ഉദ്ഘോ ഷിക്കുകയും കുലീനമെന്നു മുദ്രകുത്തുകയും ചെയ്ത മൂല്യങ്ങളൊക്കെ തേഞ്ഞുപോയ കള്ളനാണയങ്ങളാണെന്ന് നീത്ചെയ്ക്ക് വെളിപാടുണ്ടാവുന്ന കാലയളവിലാണ് ഇബ്സന്റെ ഈ ദൃശ്യസൃഷ്ടി. ദൈവങ്ങൾ മരിച്ചുവെങ്കിലും അവയുടെ പ്രേതങ്ങൾ, ആൾവിംഗിന്റെ ഭാഷയിൽ, നമ്മെ ഇന്നും ഇറുക്കി പിടിച്ചിരിക്കുകയാണ്; നാം അറിഞ്ഞും അറിയാതെയും. ഈ പ്രേതങ്ങളിൽ നിന്നു മുക്തമാകാതെ മനുഷ്യന് സ്വാതന്ത്ര്യവും സന്തോഷവും സാദ്ധ്യമല്ല.

സാർവ്വത്രികമായ മൂല്യങ്ങളുടെ പുനർനിർണ്ണയമാണ് നീത്ചെ ലാക്കാക്കിയതെങ്കിൽ ഇബ്സൻ തിരഞ്ഞെടുത്തത് മദ്ധ്യവർഗ്ഗമനുഷ്യജീവികളുടെ കപട സദാചാരത്തെയാണ്. "ആളുകൾ എന്തു പറയും." എന്നുള്ള ഭീതിയെ. അവനവനു വേണ്ടി ജീവിക്കാതെ അപരരുടെ അപരനാമമായ സമുദായത്തിന്റെ വിശ്വാസങ്ങൾക്കും ആചാരങ്ങൾക്കും അനുസൃതമായി ജീവിച്ച് ആദർശമനുഷ്യനായി വാഴാനുള്ള വ്യഗ്രത സൃഷ്ടിക്കുന്ന സംഘർഷമാണ് ഇബ്സന് വിഷയമായത്. അന്നും ഇന്നും എന്നും മദ്ധ്യവർഗ്ഗ മനുഷ്യരുടെ ശീലങ്ങളും ആചാരങ്ങളും ആത്യന്തികമായി ഒന്നാണെന്നതിനാൽ ഇബ്സന്റെ "പ്രേതങ്ങ"ളുടെ സാംഗത്യം ഇന്നും സജീവമായി നിലനിൽക്കുന്നു.

കപടസദാചാരത്തിന്റെ ഉഗ്രമൂർത്തികളായ മദ്ധ്യവർഗ്ഗ മലയാളികൾക്ക് ഇബ്സന്റെ "പ്രേതങ്ങൾ" പുളിപ്പുണ്ടാക്കിയേക്കാം. പഴഞ്ചൻ പ്രത്യയശാസ്ത്രങ്ങളുടെ പ്രേതങ്ങളുടെ പിടിയിലല്ലാത്ത എത്ര പേർ കാണും നമുക്കിടയിൽ? ഒരു ഈർക്കിലിന്റെയെങ്കിലും മറവുണ്ടായാൽ എന്തനാചാരവുമാകാമെന്ന് വിശ്വസിക്കുന്നവർ ഇവിടെയില്ലെന്ന് പറയാനാകുമോ? അകത്ത് കാമ്പില്ലെങ്കിലും പുറത്തു പൂച്ചുണ്ടായാൽ മതിയെന്ന് നണ്ണാത്തവർ എത്ര പേരുണ്ടാകും? കർത്തവ്യം, കടമ, ഭർത്തൃസ്നേഹം തുടങ്ങിയ ഭൂഷണോപയുക്തമായ മൂല്യങ്ങളുടെ പേരിൽ ഹൃദയവും ബുദ്ധിയും മറന്നു ജീവിക്കേണ്ടിവരുന്ന കുടുംബിനികൾ ഇവിടെയില്ലെന്ന് എങ്ങിനെ പറയാനാകും? ഇബ്സന്റെ "പ്രേതങ്ങൾ"ക്ക് വത്സൻ ചമച്ച ഈ പുതിയ പരിഭാഷ മദ്ധ്യവർഗ്ഗ മലയാളിക്ക് ഒരു കണ്ണാടിയാകട്ടെ എന്നാശിച്ചു പോകുന്നു. ആത്മദർശനത്തിനൊരു ദർപ്പണം.

നോർവീജിയനിൽ നിന്ന് ഇംഗ്ലീഷിലേക്കും , അവിടെനിന്ന് മലയാളത്തിലേക്കും ഒരു രചന മൊഴിമാറിവരുമ്പോൾ ഭാഷയുടെ ജീവൻ ചോർന്നുപോയേക്കാമെന്നുള്ള ഒരപകടമുണ്ട്. അത്തരമൊരപകടം വൽസൽ ഒഴിവാക്കിയിരിക്കുന്നുവെന്നു കാണുന്നതിൽ സന്തോഷമുണ്ട്. ദൈനംദിന ജീവിതത്തിലെ വ്യവഹാരത്തിനുതകുന്ന സാധാരണ ഭാഷയിലൂടെയാണ് ഇബ്സൻ തന്റെ ദുരന്തനാടകം പ്രകാശിപ്പിച്ചത്. അതേ വ്യവഹാരഭാഷ വൽസൽ മലയാളത്തിൽ നിലനിർത്തിയിരിക്കുന്നു. വിവർത്തനത്തിൽ സംഭവിച്ചേക്കാവുന്ന ജടിലതയും ഒഴുക്കില്ലായ്മയും അശേഷമില്ല. കഥാപാത്രങ്ങളുടെ പേരുകൂടി മലയാളീകരിച്ചിരുന്നുവെങ്കിൽ ഇബ്സൻ ഇതെഴുതിയത് മലയാളത്തിലാണെന്നേ ആരും പറയൂ. അത്രയും തന്മയത്വം ഈ മലയാളപരിഭാഷക്കുണ്ടെന്നത് വലിയൊരനുഗ്രഹമാണ്. ഇത് പരിഭാഷ (translation) യല്ല, പരിസൃഷ്ടി (transcreation) യാണെന്ന് നിസ്സംശയം പറയാം. ഇതിനുമുമ്പ് വൽസൽ വിവർത്തനം ചെയ്ത് മലയാളത്തിന് ഉപഹാരമായേകിയ 'പാവവീടി'നൊത്ത ഗുണമേന്മ ഈ വിവർത്തനത്തിനുമുണ്ടെന്നുള്ളത് ഏറെ സന്തോഷമുളവാക്കുന്നു.

അവസാനമായി ആൾവിംഗിനെക്കുറിച്ച് ഒരു വാക്ക്:

She was all wing,
Yet never on her wing
Tied to duty and devotion
She made it her mission
To wallow in pity and penitence."

കഥാപാത്രങ്ങൾ:

മിസിസ് ഹെലൻ ആൽവിങ് (ക്യാപ്റ്റൻ ആൽവിങ്ങിന്റെ വിധവ), ഓസ്‌വോൾഡ് ആൽവിങ് (അവരുടെ മകൻ, ഒരു ചിത്രകാരൻ), പാസ്റ്റർ മാൻഡേഴ്സ്, ജേക്കബ് എങ്സ്ട്രാന്റ് (ഒരാശാരി), റെജീന എങ്സട്രാന്റ് (മിസിസ് ആൽവിങ്ങിന്റെ പരിചാരിക)

പടിഞ്ഞാറൻ നോർവെയിലെ കുറ്റൻ പാറക്കെട്ടുകൾക്കുള്ളിൽ നീണ്ടു കിടക്കുന്ന ഉൾക്കടൽത്തീരങ്ങളിലൊന്നിലെ മിസിസ് ആൽവിങ്ങിന്റെ എസ്റ്റേറ്റ് ബംഗ്ളാവിൽ വെച്ച് നാടകം നടക്കുന്നു.

അങ്കം ഒന്ന്

വിസ്തൃതമായ ഒരുദ്യാനമുറി. ഇടതുചുമരിൽ ഒരു വാതിൽ, വലത്തേതിൽ രണ്ടും. മുറിയുടെ മദ്ധ്യഭാഗത്ത് ചുറ്റും കസേരകളോട്ടുകൂടിയ ഒരു വട്ടമേശ; മേശമേൽ പുസ്തകങ്ങളും ആനുകാലിക പ്രസിദ്ധീകരണങ്ങളും വർത്തമാനപ്പത്രങ്ങളും. ഇടതുചുമരിൽ മുൻഭാഗത്ത് ഒരു ജാലകം. അതിനടുത്തായി ഒരു ചെറിയ സോഫയും സോഫയ്ക്കു മുന്നിൽ തുന്നൽ സാമഗ്രികളും മറ്റും വെക്കുന്ന ഒരു മേശയും. ഈ മുറിയോടനുബന്ധിച്ച് സ്റ്റേജിന്റെ പിൻവശത്ത് മറ്റൊരു മുറിയുണ്ട്; ഉൾഭാഗം ഒട്ടൊക്കെ തുറന്നുകാട്ടുന്നതും, താരതമ്യേന വീതി കുറഞ്ഞതും സർവ്വത്ര സ്ഫടികച്ചുമരുകളോടു കൂടിയതുമായ ഒരു സസ്യസംരക്ഷണാലയം, അഥവാ തോട്ടപ്പുര. അതിന്റെ വലതു ചുമരിലെ ഒരു വാതിൽ തോട്ടത്തിലേക്ക് നയിക്കുന്നു. ചില്ലുചുമരിൽ കൂടി കാണാവുന്ന കുറ്റൻ പാറക്കെട്ടുകളും ഉൾക്കടലുമടങ്ങിയ ഭൂഭാഗം; ഇടതടവില്ലാതെ പെയ്യുന്ന മഴയിൽപ്പെട്ട് അല്പം മങ്ങിയിട്ടുണ്ട്.

തോട്ടത്തിലേക്കുള്ള വാതിലിന്നടുത്തായി എങ്സ്ട്രാന്റ് നിൽക്കുന്നു. അയാളുടെ ഇടതുകാൽ ഏറെക്കുറെ വികലമാണ്. മടമ്പിൽ ഒരു മരക്കട്ട ചേർത്തുറപ്പിച്ച ഒരു ബൂട്ടാണ് അയാൾ ധരിച്ചിരിക്കുന്നത്. റെജീന, തോട്ടത്തിലുപയോഗിക്കുന്ന ഒരൊഴിഞ്ഞ പീച്ചാംകുഴലുമായി, അയാളുടെ തുടർന്നുണ്ടായേക്കാവുന്ന മുന്നേറ്റം തടയാൻ ശ്രമിച്ചു കൊണ്ട് നിൽക്കുന്നു.

റെജീന: (സ്വരം പതുക്കെയാക്കിക്കൊണ്ട്) എന്തുവേണം നിങ്ങൾക്ക്? അവിടെ നിന്നാട്ടെ, നിങ്ങളാകെ നനഞ്ഞ് കുളിച്ചിരിക്കുന്നു.

എങ്സ്ട്രാന്റ്: എന്റെ കുഞ്ഞേ, ഇത് ദൈവത്തിന്റെ സൊന്തം മഴയാ.

റെജീന: പറയുന്നതു കേട്ടാൽ തോന്നും, പിശാചിന്റെയാണെന്ന്.

എങ്സ്ട്രാന്റ്: കർത്താവേ, ഇതെന്തൊരു വർത്താനം, റെജീനാ. *(മുറിയിലേക്കായി ഏതാനും ചുവടുകൾ മുടന്തി നീങ്ങുന്നു.)* പക്ഷേങ്കിൽ എനിക്ക് നിന്നോട് പറയാനുള്ളത് എന്താന്നു വെച്ചാല്.....

റെജീന: ഏയ് മനുഷ്യാ, ഇങ്ങനെ തട്ടിമുട്ടിക്കേറി ഒച്ചപ്പാടുണ്ടാക്കല്ലേ ചെറിയ സാറ് മുകൾനിലയിൽ കിടന്നുറങ്ങുന്നുണ്ട്.

എങ്സ്ട്രാന്റ്: ഒറങ്ങ്ന്നാ? ഈ പട്ടാപ്പകലാ?

റെജീന: നിങ്ങള് നിങ്ങളുടെ ജോലി നോക്കിയാ മതി.

എങ്സ്ട്രാന്റ്: ഞാനേയ് ഇന്നലെ രാത്രീൽ ചെറുങ്ങനെയൊന്നു മിനുങ്ങാനായി പൊറത്തേക്കു പോയി...

റെജീന: അത് പ്രത്യേകിച്ച് പറയേണ്ടതില്ല.

എങ്സ്ട്രാന്റ്: തരക്കേടില്ല, എന്റെ കുഞ്ഞേ, നമ്മളെല്ലാം കാതലില്ലാത്ത ജീവികളാ, നമ്മളെല്ലാരും....

റെജീന: അതൊക്കെയതെ.

എങ്സ്ട്രാന്റ്: .... പിന്നെ നിനക്കറിയാലോ, ഇഹലോകത്തിന്റെ പ്രലോഭനങ്ങൾ ഒട്ടനവധിയാണന്നും...പക്ഷേങ്കിൽ, എന്നിട്ടും ഞാൻ പുലർച്ചെ അഞ്ചരക്ക തന്നെ എണീച്ച് പണിയങ്ങു തൊടങ്ങി.

റെജീന: ശരി, ശരി, ഇനിയൊന്ന പോയാ മതി. ഞാനിവിടെ നിങ്ങളുമായി പതിവു സല്ലാപത്തിനൊന്നമല്ല നിൽക്കുന്നത്.

എങ്സ്ട്രാന്റ്: എന്തിനെന്തിന്, എന്ത്ന്നാ പറഞ്ഞത്?

റെജീന: ഇവിടെ വെച്ച് വല്ലവരും നിങ്ങളെ കാണാൻ ഞാൻ സമ്മതിക്കില്ല. അതുകൊണ്ട് വേഗം സ്ഥലം വിട്ടോ.

എങ്സ്ട്രാന്റ്: (ഒന്നുകൂടി അടുക്കുന്നു.) നിന്നോടൊരു സംഗതി പറയാണ്ട് പോയാല് എന്റെ കാര്യം പോക്കാ. ഞാനേയ് ഇന്നുച്ചയോടെ ഈ സ്കൂൾ കെട്ടിടത്തിന്റെ പണി തീർക്കും, എന്നിട്ട് ടൗണിലേക്കുള്ള രാത്രി ബോട്ടിന് നേരെ ഞാനങ്ങ് വീട്ടിലേക്ക് മടങ്ങിപ്പോവ്വേം ചെയ്യും.

റെജീന: (പിറുപിറുക്കുന്നു.) സുഖയാത്ര !

എങ്സ്ട്രാന്റ്: എന്റെ കുഞ്ഞേ, നിനക്ക് ഗുണം വരും. നാളെ നീ കണ്ടോ, ഈ അനാഥാലയത്തിന്റെ ഉൽഘാടനം പ്രമാണിച്ച് തീനും കുടിയും കൊണ്ടൊരു പൂരായിരിക്കും. പിന്നെ ജേക്കബ് എങ്സ്ട്രാന്റിനെപ്പറ്റി ഒരുത്തനും പറയൂല, നേർക്കു നേരെ വന്ന് കേറിപ്പിടിക്കുന്ന പ്രലോഭനങ്ങളെ തടുക്കാൻ ഓന് കഴിവില്ലാന്ന് !

റെജീന: ഹൊ!

എങ്സ്ട്രാന്റ്: ഒരുപാട് കേമന്മാർ നാളെ ഇങ്ങെത്തും. പിന്നെ ടൗണിൽ നിന്ന് മാൻഡേഴ്സച്ചനും വരുന്നുണ്ടല്ലാ.

റെജീന: അദ്ദേഹം ഇന്നിവിടെയെത്തും.

എങ്സ്ട്രാന്റ്: തന്നെ, അതാ ഞാൻ പറഞ്ഞത്. നീ കണ്ടോടീ, അപ്പഹയനെ കൈമലെടുക്കാൻ ഞാനെന്റെ ഒടുക്കത്തെ കളിയും കളിക്കും.

റെജീന: ങാഹാ! അപ്പോൾ അതുശരി!

എങ്സ്ട്രാന്റ്: ഏതാ?

റെജീന: (അയാളെ കടുപ്പിച്ച് നോക്കുന്നു.) ഇത്തവണ നിങ്ങളദ്ദേഹത്തെ എന്തു പറഞ്ഞ് പറ്റിക്കാനാ ആലോചിക്കുന്നത്?

എങ്സ്ട്രാന്റ്: ശ്ശെ! നിനക്കെന്ത്ന്നാ, പിരാന്താ? ഈ ഞാൻ മാൻഡേഴ്സ്ച്ചനെ അങ്ങനെ എന്തെങ്കിലും പറഞ്ഞ് പറ്റിക്കാനാ ? ഹേയ്, ഇല്ലില്ല. അമ്മാതിരി ഒരു നല്ല മനുഷ്യനോട് അതുമാത്രം ഞാൻ ചെയ്യൂല്ല. അല്ല, നോക്ക്, സത്യത്തില് ഞാൻ നിന്നോട് പറയാൻ വന്നതേ ഇന്നു രാത്രി ഞാൻ വീട്ടിലേക്ക് മടങ്ങിപ്പോവ്ന്ന കാര്യാണല്ലാ.

റെജീന: നിങ്ങൾ എത്രയും നേരത്തേ പോകുന്നോ, അത്രയും നല്ലതാണെനിക്ക്.

എങ്സ്റ്റാന്റ്: ശരി, പക്ഷേങ്കിൽ റെജീനാ, നീ എന്റെ കൂടെ വരണം എന്നാ എന്റെ ആശ.

റെജീന: (വായ് പൊളിച്ച്) നിങ്ങളാശിക്കുന്നത് ഞാൻ....എന്താ നിങ്ങൾ പറഞ്ഞത്?

എങ്സ്റ്റാന്റ്: ഞാൻ പറഞ്ഞതേ, നീ എന്റൊപ്പരം എന്റെ വീട്ടിലേക്ക് വന്നു കാണാൻ എനിക്കാശയ്ണ്ട് എന്നാ.

റെജീന: (അവജ്ഞയോടെ) നിവൃത്തിയില്ലല്ലൊ! നിങ്ങളുടെ കൂടെ വീട്ടിലേക്കു വരാനേ, ഒരിക്കലും എന്നെക്കിട്ടില്ല.

എങ്സ്റ്റാന്റ്: ഓഹോ? എന്നാ നമ്മക്ക് കാണാം.

റെജീന: അതെ, അതു തന്നെയാ ഞാനും പറയുന്നത്, നമുക്ക് കാണാം. ഈ ഞാനോ? മിസിസ് ആൽവിങ്ങിനെപ്പോലൊരു മാന്യസ്ത്രീ പോറ്റി വളർത്തിയ ഞാൻ? ഈ കുടുംബത്തിലെ ഒരംഗത്തെപ്പോലെ അവർ സംരക്ഷിച്ച ഈ ഞാൻ...? നിങ്ങളുടെ കൂടെ ഞാനങ്ങ് വരുമെന്നു കരുതുക? അതും അങ്ങനെയൊരു സ്ഥലത്തേക്ക് ? ഛ്ഛ!

എങ്സ്റ്റാന്റ്: എന്തൊരു തോന്ന്യാസം...? നീ നിന്റെ സൊന്തം അപ്പനെ ആപ്പിലാക്കുന്നോടീ, നായിന്റെ മോളേ?

റെജീന: (മുഖം വെട്ടിച്ച് മുറുമുറുക്കുന്നു.) നാവെടുത്തപ്പോളെല്ലാം Bring closer നിങ്ങൾ പറഞ്ഞിട്ടുണ്ട്, ഞാൻ നിങ്ങളുടെയല്ലാന്ന്.

എങ്സ്റ്റാന്റ്: ശ്ശെടാ! നീ അതെല്ലാം ആലോയിച്ച് തല പുണ്ണാക്കാൻ പോവ്വാ...?

റെജീന: ഏതു നേരത്തും നിങ്ങളെന്നെ പിരാകി പിരാകി വിളിക്കാറുണ്ടല്ലൊ...എന്ന്? ഉളുപ്പില്ലാത്ത മനുഷ്യൻ !

എങ്സ്റ്റാന്റ്: ആ ജാതി ചീഞ്ഞ ഭാഷ എപ്പോളെങ്കിലും ഞാൻ പറഞ്ഞിട്ടുണ്ടെങ്കില് എന്റെ നാവ് പുഴുത്തു പോവും.

റെജീന: ഓ, എനിക്ക് നന്നായിട്ടറിയാം, നിങ്ങളുടെ ഭാഷയുടെ വിശേഷം.

എങ്സ്റ്റാന്റ്: അല്ല, അതുപിന്നെ തുള്ളി അകത്തു ചെല്ലുമ്പം മാത്രം.... ഹും... ഇഹലോകത്തിന്റെ പ്രലോഭനങ്ങൾ ഒട്ടനവധിയാ, റെജീനാ.

റെജീന: ഛെ!

എങ്സ്റ്റാന്റ്: അല്ലേങ്കിൽ പിന്നെ നിന്റമ്മച്ചി പൊങ്ങച്ചം പീത്തിപ്പീത്തി സൊയിരം കെടുത്താൻ തൊടങ്ങുമ്പം. ഓളെ നെലക്കു നിർത്താൻ അമ്മാതിരി ചെലതൊക്കെ എനിക്കങ്ങ് തട്ടിവിടേണ്ടിവന്നിട്ടുണ്ട്, എന്റെ പെണ്ണേ. ഓളേ, ഏതു സമയത്തായാലും അത്ര ജാട പറയും. (അനുകരിക്കുന്നു.) 'എന്നെ വിട്ടു എങ്സ്റ്റാന്റ്, ഞാൻ പോവട്ടെ. അറിയോ, മൂന്നു കൊല്ലക്കാലം ഞാൻ റോസൻവോൾഡ് ബംഗ്ളാവിലെ സേവനത്തിലായിരുന്നു, കേപ്റ്റൻ ആൽവിങ്ങിന്റെ കൂടെ, കൊട്ടാരത്തിലെ പള്ളിയറ വിചാരിപ്പുകാരൻ ആൽവിങ്ങിന്റെ കൂടെ.' (പൊട്ടിച്ചിരിക്കുന്നു.) എന്റെ കർത്താവേ! ഓളിവിടെ വീട്ടുപണിയെടുക്കുമ്പം അയാള് കൊട്ടാരത്തിലേക്ക് ഉദ്യോഗം കേറിയ കാര്യം ഒരു കാലത്തും ഓൾക്ക് മറക്കാൻ പറ്റീല്ല, കേട്ടാ.

റെജീന: പാവം അമ്മച്ചി! അവരെ നിങ്ങൾ പീഡിപ്പിച്ച് പീഡിപ്പിച്ച് എത്രയും നേരത്തേ കൊല്ലാക്കൊല ചെയ്തു.

എങ്സ്ട്രാന്റ്: (ചുമൽ കുലുക്കുന്നു.) ഓ, അതുശരി! എല്ലാറ്റിനും എന്നെ കുറ്റപ്പെടുത്തിക്കോ.

റെജീന: (പുറം തിരിഞ്ഞ്, പതിഞ്ഞ സ്വരത്തിൽ) ഓഹ്! ഒന്നും പോരാതെ ആ കാലിന്റെയൊരു ചേലും !

എങ്സ്ട്രാന്റ്: പുന്നാര മോളേ, നീ എന്താ ഇപ്പറയുന്നേ?

റെജീന: (മുൻചൊന്ന പോലെ) കാലൻ, മരക്കാലൻ.

എങ്സ്ട്രാന്റ്: അത് ഇംഗ്ലീഷാ?

റെജീന: അതെ.

എങ്സ്ട്രാന്റ്: ങാ, നിനക്കിവിടന്ന് നല്ല പഠിപ്പ് കിട്ടീട്ടുണ്ട്. അതൊക്കെ ഇനി കാര്യായി ഉപകാരപ്പെടും, റെജീനാ.

റെജീന: (കുറഞ്ഞ നിശ്ശബ്ദതയ്ക്കു ശേഷം) അല്ല, പട്ടണത്തിൽ എന്നെക്കൊണ്ട് നിങ്ങൾക്കെന്താണു വേണ്ടത്?

എങ്സ്ട്രാന്റ്: ഒരപ്പന് അയാളുടെ ഏക സന്തതിയെക്കൊണ്ട് എന്താ വേണ്ട്ന്നതെന്നു ചോയിക്കാൻ നിനക്കെങ്ങനെ തോന്ന്ന്നു? ഭാര്യയും മരിച്ച് ഒറ്റപ്പെട്ടുപോയ ഒരു സാധുവാ ഞാൻ, എന്താ ശരിയല്ലേ?

റെജീന: ഓ, ആ തക്കിടിയൊന്നും എന്റടുത്തു കൊണ്ടുവരല്ലേ.
എന്നെക്കൊണ്ട് നിങ്ങൾക്കവിടെ എന്താണു കാര്യം?

എങ്സ്ട്രാന്റ്: അതേ, സംഗതി എന്താന്നു വെച്ചാല്, ഞാനൊരു പുതുപുത്തൻ ഏർപ്പാടു തൊടങ്ങാൻ കൊണ്ടുപിടിച്ച് ആലോയിക്കുന്നുണ്ട്.

റെജീന: (നീരസം കാട്ടുന്നു.) ഇതു കേൾക്കാൻ തുടങ്ങീട്ട് കാലം കുറേ ആയല്ലോ! എന്നിട്ടെന്താ, ഓരോരിക്കലും നിങ്ങളത് കുട്ടിച്ചോറാക്കും.

എങ്സ്ട്രാന്റ്: ശരിയന്നെ, എന്നാലേ ഇപ്രാവിശ്യം നീ കണ്ടോ, റെജീനാ! ഇതു നടന്നില്ലേങ്കില് എന്റെ തലയിൽ ഇടിത്തീ....

റെജീന: (നിലത്ത് ആഞ്ഞു ചവിട്ടിക്കൊണ്ട്) നിർത്തണം ഈ പിരാകൽ!

എങ്സ്ട്രാന്റ്: ശ്! ശ്! ശരിയാ എന്റെ പെണ്ണേ, നീ പറഞ്ഞത് മുട്ടൻ ശരിയാ! ഞാൻ പറയാൻ വന്നത് ഇത്രേം മാത്രം. ഈ അനാഥശാലേന്റെ പണിയോണ്ട് ഞാൻ കൊറഞ്ഞൊരു സമ്പാദ്യൊക്കെ ഉണ്ടാക്കി വെച്ചിട്ട്ണ്ട്.

റെജീന: നേരോ ? നിങ്ങൾ ആള് തരക്കേടില്ലല്ലോ.

എങ്സ്ട്രാന്റ്: പക്ഷേങ്കിൽ നമ്മൾ നമ്മടെ പണമെറക്കി ഇവ്ടെ ഈ പട്ടിക്കാട്ടില് എന്ത്ന്ന് കാട്ടാനാ?

റെജീന: അതുകൊണ്ട് ?

എങ്സ്ട്രാന്റ്: ആവട്ട്, നീ കേൾക്ക്, ആ പണം ഗുണം പിടിക്കുന്ന വല്ല പദ്ധതിക്കും മൊടക്കിയാലോ എന്നാ എന്റെ ആലോചന. ഈ കപ്പൽക്കാരെ സൽക്കരിക്ക്ന്ന ഒരു മാതിരി ഹോട്ടൽ...

റെജീന: ഓഹ് !

എങ്സ്ട്രാന്റ്: എന്റെ മനസ്സില്ള്ളതേ...ശരിക്കും ഒരു ഏ ക്ലാസ് ഹോട്ടൽ... അല്ലാണ്ട് കപ്പൽത്തട്ടിലെ കൂലിക്കാർക്ക്ള്ള നാറുന്ന പീറക്കൂടാരം പോലെ ഒന്നുവല്ല... ദൈവത്താണെ, അല്ല ! ഇത് ശരിക്കും കേപ്റ്റമ്മാർക്കും മറ്റുദ്യോഗസ്ഥമ്മാർക്കും വേണ്ടീട്ട്ള്ള, നല്ല ശൊങ്കമ്മാർക്കു വേണ്ടീട്ട്ള്ള...നിനക്കറിയാലോ.

റെജീന: അതിന് എന്നെക്കൊണ്ടെന്താണ്...?

എങ്സ്ട്രാന്റ്: ചെറിയൊരു സഹായം, അത്രേ വേണ്ടൂ. നിന്റെ വക ചെറുങ്ങനെയൊരു മേൽനോട്ടം, ഞാൻ പറയ്ന്നതിന്റെ അർത്ഥം നിനക്ക് മനസ്സിലാവ്ന്ന്ണ്ടല്ലോ. എന്റെ പെണ്ണേ, നീ ഒരുപാട് പണിയെട്ത്ത് നടു ഒടിക്കേണ്ട കാര്യേയില്ല. നിന്റെ ഇഷ്ടം പോലെയെല്ലാം ആയ്ക്കോ.

റെജീന: ഓ, അപ്പടിയാ!

എങ്സ്ട്രാന്റ്: എന്തായാലും ശരി, നമ്മൾക്കവ്ടെ കൊറച്ച് പെണ്ണുങ്ങൾ വേണ്ടിവരും. അത് കട്ടായം. എന്താന്ന് വെച്ചാല് സന്ധ്യയാവുമ്പം ചില്ലറ നേരം പോക്കിനുള്ള വകയ്ണ്ടാവണം, പാട്ടും ഡാൻസും പോലത്തെ നമ്പറുകൾ. അവരെല്ലാം കടൽയാത്രക്കാരാ എന്നുള്ള വിചാരം വേണം, മഹാസാഗരം താണ്ടുന്ന കൂട്ടർ. (അടുത്തു കൂടുന്നു.) മേലാൽ റെജീനാ, നീ സൊന്തം കാര്യം കൊളമാക്കുന്ന മണ്ടത്തരൊന്നും കാണിക്കല്ലേ. നീ ഇവിടെ ഇങ്ങനെ ചുറ്റിപ്പറ്റി നിന്നിട്ട് എന്താവാനാ? ഈ വല്ല്യമ്മ നിനക്ക് വാരിക്കോരിത്തന്ന ഇത്രേം വിദ്യാഭ്യാസം കൊണ്ട് വല്ല പ്രയോജനോം ഉണ്ടാവാൻ പോവുന്നോ? ഈ അനാഥശാലയിൽ വരാൻ പോവുന്ന പിള്ളേറുടെ ചൊമതല നിന്റെ ചൊമലിലായിരിക്കും എന്ന് അവരൊക്കെ പറയ്ന്ന്ണ്ട്. നിന്നെപ്പോലൊരു പെണ്ണിന് ചേരുന്ന പണിയാ അത്, ങേ? ഇങ്ങനെ കൊറേ കച്ചറപ്പിള്ളേർക്ക് വേണ്ടീട്ട് പണിയെടുത്തു ചാവാൻ നിനക്കെന്താ ഇത്രക്കൊരു ചൂട്?

റെജീന: ഇല്ല, ഞാനാശിക്കുമ്പോലെ കാര്യങ്ങൾ കലാശിച്ചാൽ....അതെ, അത് സംഭവിച്ചേക്കും. അത് സംഭവിച്ചേക്കും!

എങ്സ്ട്രാന്റ്: എന്ത്ന്ന് സംഭവിക്കുംന്നാ?

റെജീന: അത് നിങ്ങളറിയേണ്ട...ആട്ടെ, നിങ്ങൾ ഒരുപാട് പണം കരുതിവെച്ചിട്ടുണ്ടോ?

എങ്സ്ട്രാന്റ്: അല്ലറച്ചില്ലറയെല്ലാം കൂട്ടിനോക്കിയാൽ, ഏതാണ്ടൊരു എഴുന്നൂറ് അല്ലേങ്കിൽ എണ്ണൂറ് ക്രൗൺ ഉണ്ടാവും.

റെജീന: അപ്പോൾ മോശമല്ല.

എങ്സ്ട്രാന്റ്: എന്റെ പെണ്ണേ, ഒന്നു തൊടങ്ങിവെക്കാൻ ഇത് ധാരാളം.

റെജീന: അതിൽ നിന്ന് എനിക്കൊന്നും തരുന്നില്ലേ?

എങ്സ്ട്രാന്റ്: ഇല്ല, എന്നെ കൊന്നാലും തരൂല.

റെജീന: ഒരു കുപ്പായത്തിന് കഷണം തുണി വാങ്ങാനെങ്കിലും?

എങ്സ്ട്രാന്റ്: നീ എന്റൊപ്പരം ടൗണിലേക്ക് മടങ്ങി വാ. നിനക്കെത്ര തുണി വേണോ, വാങ്ങിത്തരാം.

റെജീന: പ്ഫ, വേണ്ടിവന്നാൽ അതൊക്കെ ഞാൻ തന്നത്താനുണ്ടാക്കും.

എങ്സ്ട്രാന്റ്: ഞാഹാ, പക്ഷേങ്കിൽ റെജീനാ, ഒരപ്പന്റെ തൊണയുണ്ടാവുന്നതാ നിനക്ക് നല്ലത്. തുറമുഖത്തെരുവില് ഞാനൊരു പളുങ്കൻ വീട് പറഞ്ഞുവെച്ചിട്ടുണ്ട്. അവരാണെങ്കില് വലിയ ഡിപ്പോസിറ്റും ചോയിക്കുന്നില്ല; കപ്പൽ ജോലിക്കാർക്ക് പറ്റിയ ചുറ്റുപാടും, എന്താ?

റെജീന : എന്നാലേ, ഈ നിൽക്കുന്ന നിങ്ങളുടെ കൂടെ വരാൻ എനിക്ക് മനസ്സില്ല! നിങ്ങളുമായി യാതൊരു സമ്പർക്കവും എനിക്ക് വേണ്ട. ഇനിയൊന്നു പോയാട്ടെ!

എങ്സ്ട്രാന്റ്: എന്റെ മോളെ, ഞാൻ വാതുവെച്ച് പറയാലോ, ഏറെക്കാലത്തോളം നീ എന്റൊപ്പരം താമസിക്കേണ്ടിവരൂല. അയിനുള്ള യോഗം എനിക്കില്ല താനും. നീ നിന്റെ ശീട്ട് ശരിക്കങ്ങ് കളിച്ചില്ലേങ്കിലല്ലേ. ഈ ഒന്നുരണ്ടു കൊല്ലത്തിനെടേല് നീ ആളൊരു കുഞ്ഞുരുപ്പടിയായി മാറിട്ടുണ്ടെടീ...

റെജീന: നേരോ...?

എങ്സ്ട്രാന്റ്: അധികം താമസമില്ലാതെ വല്ല കപ്പലാപ്പീസറും വന്നുചാടും... ചെലപ്പോ ഒരു കേപ്റ്റൻ തന്നെ...

റെജീന: അങ്ങനെ ഒരുത്തനേയും കെട്ടാൻ ഞാനുദ്ദേശിക്കുന്നില്ല. ഈ നാവികന്മാർക്ക് സിൻസ്യറിറ്റിയില്ല.

എങ്സ്ട്രാന്റ്: അക്കൂട്ടർക്ക് എന്തില്ലാന്നാ?

റെജീന: എനിക്കറിയാം, ഈ കപ്പൽ ജോലിക്കാരൊക്കെ ഏതു തരക്കാരാണെന്ന്. അതാ പറഞ്ഞത്, അവരെ കല്ല്യാണം കഴിക്കുന്നതുകൊണ്ട് ഒരു ഗുണവുമില്ല.

എങ്സ്ട്രാന്റ്: നീ അവരെ കല്യാണം കഴ്ക്കാനൊന്നും മെനക്കെടേണ്ടാ. കാര്യം കാണാൻ വേറേം വഴീണ്ടല്ലാ. (കൂടുതൽ രഹസ്യപരതയോടെ) ആ ഇംഗ്ലീഷുകാരനില്ലേ, ഇപ്പം.... ആ ഉല്ലാസക്കപ്പലുംകൊണ്ട് വരുന്നോൻ... ആ ചെങ്ങായി എനിക്ക് മൂന്നൂറ് ഡോളർ തന്നു. ഓളാണെങ്കില് നിന്നോളം പോന്നോളല്ല താനും.

റെജീന: (അയാൾക്കു നേരെ നീങ്ങിക്കൊണ്ട്) ഇറങ്ങ് പുറത്ത് !

എങ്സ്ട്രാന്റ്: (പിന്മാറിക്കൊണ്ട്) നി ്ക്ക്, നി ്ക്ക്, നീയെന്നെ അടിച്ചേക്കല്ലേ, അടിക്ക്വോ!

റെജീന: അടിക്കും ഞാൻ! എന്റമ്മച്ചിയെപ്പറ്റി ഇനി ഒരു വാക്ക് പറഞ്ഞുനോക്ക്, ശരിക്കങ്ങ് വെച്ചുതരും ഞാൻ. കടന്നു പോകാനാ പറഞ്ഞത് ! (തോട്ടത്തിലേക്കുള്ള വാതിൽക്കലേക്ക് അയാളെ ഓടിക്കുന്നു.) ആ വാതിലൊന്നും വലിച്ചടക്കരുത്. ചെറിയ സാറ്...

എങ്സ്ട്രാന്റ്: എനിക്കറിയാലോ, അയാൾ ഒറങ്ങുന്നു. ഈ ചെറിയ സാറിനോട് നിനക്കെന്തോ ഒരിതുണ്ടല്ലോടീ. (സ്വരം താഴ്ത്തി) ങാഹാ! ഇനിയിപ്പം അയാളെ ആയിരിക്ക്വോ നീ...ങേ?

റെജീന: പുറത്തേക്ക്, ഉടനെ സ്ഥലം വിട്ടോ! മനുഷ്യാ, നിങ്ങളൊരു കിറുക്കനാ. അല്ല, ആ വഴിക്കല്ല. അതിലൂടെ മാൻഡേഴ്സച്ചൻ വരുന്നുണ്ട്. പിന്നാമ്പുറത്തെ കോണിപ്പടി വഴി പോ.

എങ്സ്ട്രാമന്റ്: (വലതു വശത്തേക്ക് നീങ്ങുന്നു.) ശരി, അങ്ങനെയാവട്ട്, ഞാൻ പോവ്വാ. പക്ഷേങ്കിൽ ആ വരുന്ന മനുഷ്യനുമായിട്ട് നീ ഒന്ന് സംസാരിച്ച് നോക്കിയാട്ടെ. ഒരപ്പനോട് അയാളുടെ സന്താനത്തിനുള്ള കടമ എന്താന്ന് നിനക്ക് പറഞ്ഞു തരാൻ അധികാരപ്പെട്ട ആളാ അത്. എന്തെല്ലാം പറഞ്ഞാലും ശരി, ഞാൻ നിന്റെ അപ്പനാ,

നീ മനസ്സിലാക്കിക്കോ, എടവകരേഖ വെച്ച് ഞാനത് തെളീക്കും. *(റെജീന തുറന്നുകൊടുക്കുന്ന മറ്റേ വാതിലിൽക്കൂടി അയാൾ പുറത്തേക്കു പോകുന്നതോടെ അവൾ അത് അടയ്ക്കുന്നു. അവൾ ധൃതിയിൽ കണ്ണാടി നോക്കുന്നു, തന്റെ തൂവാല കൊണ്ട് മൃദുവായി മുഖം മിനുക്കുന്നു, കോളർ നേരെയാക്കുന്നു; പിന്നെ അവൾ തിടുക്കത്തിൽ പൂക്കൾ ഭംഗിയായി വെക്കുന്നു. പാസ്റ്റർ മാൻഡേഴ്സ് തോട്ടത്തിൽ നിന്നും തോട്ടപ്പുരയിലേക്ക് കടക്കുന്നു. അദ്ദേഹം പുറംകോട്ട് ധരിച്ചിട്ടുണ്ട്, അദ്ദേഹത്തിന്റെ കൈയിൽ ഒരു കുടയുണ്ട്, ഒരു ചെറിയ പുസ്തകസഞ്ചി തോളിലൂടെ തൂക്കിയിട്ടിട്ടുമുണ്ട്.)*

പാസ്റ്റർ മാൻഡേഴ്സ് : സുപ്രഭാതം, മിസ് എങ്സ്ട്രാന്റ്.

റെജീന: (തിരിഞ്ഞ്, അത്ഭുതാനന്ദങ്ങളോടെ) ആരിത്, പാസ്റ്റർ മാൻഡേഴ്സ്! സുപ്രഭാതം, പാസ്റ്റർ. അപ്പോൾ ബോട്ട് ഇങ്ങെത്തിയോ?

മാൻഡേഴ്സ്: ഇതാ, ഇപ്പോൾ എത്തിയതേ ഉള്ളൂ. (മുറിയിലേക്ക് വരുന്നു.) എന്തൊരു ദുരിതം പിടിച്ച മഴയാണിത്.

റെജീന: (അദ്ദേഹത്തെ പിന്തുടർന്ന്) എങ്കിലും പാസ്റ്റർ, കർഷകർക്ക് ഒരനുഗ്രഹം തന്നെ.

മാൻഡേഴ്സ്: ങാ, കുട്ടി പറഞ്ഞത് വളരെ ശരി. ഞങ്ങൾ പട്ടണത്തിലെ ആളുകൾ അത്ര ചിന്തിക്കാറില്ല. (തന്റെ പുറംകോട്ട് ഊരാൻ തുടങ്ങുന്നു.)

റെജീന: ഓ, ഞാൻ സഹായിക്കാം. ഇതാ ! ദൈവമേ, ഇതാകെ നനഞ്ഞിരിക്കുന്നല്ലോ. ഞാനിതു കൊണ്ടുപോയി ഹാളിൽ തൂക്കിയിടാം. ആ കുടയും...ഇത് എവിടെയെങ്കിലും തുറന്നുവെക്കാം, ആറിക്കോളും. *(അവൾ അവയുമായി വലതുവശത്തെ രണ്ടാമത്തെ വാതിലിൽക്കൂടി പോകുന്നു. പാസ്റ്റർ മാൻഡേഴ്സ് തന്റെ പുസ്തകസഞ്ചിയെടുത്ത് തൊപ്പിയുടെ കൂടെ ഒരു കസേരയിൽ വെക്കുന്നു. അപ്പോഴേക്കും റെജീന തിരിച്ചു വരുന്നു.)*

മാൻഡേഴ്സ്: ഹാ, അകത്തെത്തിയപ്പോൾ എന്തൊരാശ്വാസം. പിന്നെ ഇവിടെ എന്തൊക്കെയുണ്ട് വിശേഷങ്ങൾ? ക്ഷേമം, എന്നു കരുതട്ടെ.

റെജീന: അതെ, അവിടുത്തേക്ക് നന്ദി.

മാൻഡേഴ്സ്: എന്നാലും നല്ല തിരക്കിലായിരിക്കുമല്ലൊ, നാളത്തേക്കുള്ള ഒരുക്കങ്ങൾക്കുവേണ്ടി, അങ്ങനെയല്ലേ?

റെജീന: ഓ, അതെ, ഒരുപാട് പണിയുണ്ട് ചെയ്യാൻ

മാൻഡേഴ്സ്: പിന്നെ മിസിസ് ആൽവിങ് വീട്ടിൽത്തന്നെ ഉണ്ടായിരിക്കും, എന്നു ഞാൻ കരുതട്ടെ?

റെജീന: ഓ, ഉണ്ടുണ്ട്. ഒരു നിമിഷം മുമ്പ് അവർ ഓസ്‌വോൾഡ് സാറിന് കൊക്കോ കൊടുക്കാൻ മുകൾനിലയിലേക്ക് പോകുന്നതു കണ്ടു.

മാൻഡേഴ്സ്: ങാ, അതുശരി... ഞാനങ്ങ് തുറമുഖത്തുവെച്ചു തന്നെ കേട്ടു, ഓസ്‌വോൾഡ് എത്തിച്ചേർന്നതായിട്ടൊരു വർത്തമാനം.

റെജീന: ശരിയാണ്, അദ്ദേഹം മിനിഞ്ഞാന്നു തന്നെ എത്തി. ഇന്നെത്തുമെന്നേ ഞങ്ങൾ പ്രതീക്ഷിച്ചിരുന്നുള്ളൂ.

മാൻഡേഴ്സ്: ആളെങ്ങനെ, നന്നായിരിക്കുന്നില്ലേ?

റെജീന: ഓ, വളരെ നന്നായിരിക്കുന്നു. പക്ഷേ ഭയങ്കര യാത്രാക്ഷീണം. പാരീസിൽ നിന്നുള്ള ഈ ദൂരമത്രയും, ഒറ്റയടിക്കാണദ്ദേഹം... അതായത് ഒരിടത്തും ഇറങ്ങിത്തങ്ങാത്ത ഒറ്റ യാത്രയായിരുന്നു. ഇപ്പോളദ്ദേഹം ചെറുതായിട്ടൊന്നുറങ്ങുകയാണെന്ന് എനിക്ക് തോന്നുന്നു. അതുകൊണ്ട് നമ്മളല്പം പതുക്കെ സംസാരിക്കുന്നതാവും നല്ലത്.

മാൻഡേഴ്സ്: ശ്! നമുക്ക് എത്രയും പതുക്കെയാവാം.

റെജീന: (ഒരു ചാരുകസേരയെടുത്ത് മേശയ്ക്കരികിൽ വെക്കുന്നു.) അവിടുന്ന് ഇവിടെ ഇരിക്കൂ, സ്വസ്ഥമായിരിക്കൂ. (അദ്ദേഹം ഇരിക്കുന്നു. അവൾ അദ്ദേഹത്തിന്റെ കാൽക്കൽ ഒരു പാദപീഠം കൊണ്ടു വെക്കുന്നു.) ഇപ്പോഴെങ്ങനെ! സുഖവും സൗകര്യവുമായില്ലേ?

മാൻഡേഴ്സ്: അസ്സലായി, നിനക്കു നന്ദി. (അവളെ നോക്കുന്നു.) കേട്ടോ, മിസ് എങ്സ്ട്രാന്റ്, ഒടുവിൽ ഞാൻ നിന്നെ കണ്ടതിനു ശേഷം നീ കുറച്ചധികം വളർന്നിട്ടുണ്ടെന്ന് എനിക്ക് തോന്നുന്നു.

റെജീന: അങ്ങനെ തോന്നുന്നുണ്ടോ, പാസ്റ്റർ? കൊച്ചമ്മ പറയുന്നത് ഞാൻ പുര നിറഞ്ഞു നിൽക്കുന്നു എന്നാണ്.

മാൻഡേഴ്സ്: പുര നിറഞ്ഞോ? ഓ, ശരി, അങ്ങനെയാണല്ലോ പൊതുവെ പറഞ്ഞുവരുന്നത്....ഏതായാലും നന്നായിട്ടുണ്ട്.

(ഹ്രസ്വ നിശ്ശബ്ദത.)

റെജീന: ഞാൻ പോയി കൊച്ചമ്മയോടു പറയട്ടെ ?

മാൻഡേഴ്സ്: നന്ദി കുഞ്ഞേ, പക്ഷേ ഒട്ടും ധൃതിയില്ല, എന്റെ പ്രിയപ്പെട്ട... എന്നോടു പറയൂ റെജീനാ, ഇവിടെ നിന്റെ അപ്പന്റെ വിശേഷങ്ങൾ എന്തൊക്കെയാണ്?

റെജീന: സുഖം തന്നെയാണ്, പാസ്റ്റർ, അവിടുത്തേക്ക് നന്ദി.

മാൻഡേഴ്സ്: കഴിഞ്ഞ തവണ അയാൾ പട്ടണത്തിലെത്തിയപ്പോൾ എന്നെ കാണാനായി വന്നിരുന്നു.

റെജീന: വന്നിരുന്നോ ? അങ്ങയെ കണ്ട് സംസാരിക്കാൻ കഴിയുന്നത് എന്നും അദ്ദേഹത്തിന് വലിയ സന്തോഷമാണ്, പാസ്റ്റർ.

മാൻഡേഴ്സ്: നീ പതിവായി ചെന്ന് അയാളുടെ കാര്യങ്ങൾ അന്വേഷിക്കാറുണ്ടെന്നും ഞാനൂഹിക്കുന്നു, എന്താ?

റെജീന: ഞാനോ ? ഓ, ഉണ്ട്, ഞാൻ കാണാറുണ്ട്, എനിക്ക് ഒരു നിമിഷത്തെ ഇടവേള കിട്ടുമ്പോളെല്ലാം...

മാൻഡേഴ്സ്: നിന്റെ അപ്പൻ ഒരുറച്ച സ്വഭാവമുള്ള ആളല്ല, മിസ് എങ്സ്ട്രാന്റ്, ഒരു മാർഗ്ഗദർശിയുടെ സഹായം അത്യാവശ്യമാണയാൾക്ക്.

റെജീന: ഓ, ശരിയാണ്, അതുറപ്പുതന്നെ.

മാൻഡേഴ്സ്: അയാൾക്ക് ആദരം തോന്നുംവിധം ഉപദേശിക്കാൻ കഴിവുള്ള ഒരുറ്റ ബന്ധുവിന്റെ സഹവാസം അയാൾക്കുണ്ടാവണം, അയാളെ അനുസരിപ്പിക്കാനും നേർവഴിക്ക് നടത്താനും കെല്പുള്ള ആരെങ്കിലുമൊരാളുടെ. അന്ന്, അയാളെന്നെ കാണാൻ വന്നപ്പോൾ അക്കാര്യം അയാൾ നെഞ്ചിൽ കൈ വെച്ച് സമ്മതിക്കുകയുണ്ടായി.

റെജീന: ശരിയാണ്, അങ്ങനെ എന്തോ ഒന്ന് അദ്ദേഹം എന്നോടും സൂചിപ്പിക്കുകയുണ്ടായി. പക്ഷേ മിസിസ് ആൽവിങ് എന്നെ പറഞ്ഞയക്കാനിഷ്ടപ്പെടുമോ എന്നെനിക്കറിയില്ല...പ്രത്യേകിച്ചും ഇനി ഈ അനാഥാലയം കൂടി ഞങ്ങൾക്ക് നോക്കി നടത്തേണ്ടതുകൊണ്ട്. അതു മാത്രമല്ല, എനിക്കാണെങ്കിൽ മിസിസ് ആൽവിങ്ങിനെ വിട്ടു പിരിയാൻ ഒട്ടും താല്പര്യമില്ല, കാരണം അവരെന്നോട് എക്കാലവും അത്ര വളരെ ദയ കാട്ടിയിരുന്നു.

മാൻഡേഴ്സ്: പക്ഷേ എന്റെ നല്ല കുട്ടീ, ഒരു മകളുടെ കർത്തവ്യം.... തീർച്ചയായും നിന്റെ വീട്ടുകാരിയുടെ സമ്മതം നമ്മൾ ആദ്യമേ വാങ്ങിയിരിക്കണം.

റെജീന: പക്ഷേ എന്റെ ഈ പ്രായത്തിൽ ഇണയില്ലാത്തൊരു പുരുഷന്റെ വീട്ടുകാര്യങ്ങളും നോക്കിക്കഴിയുന്നത് തികച്ചും ശരിയായൊരു ഏർപ്പാടാണോ എന്ന് എനിക്കത്ര തീർച്ചയില്ല.

മാൻഡേഴ്സ്: എന്ത്! പക്ഷേ എന്റെ പ്രിയപ്പെട്ട കുഞ്ഞേ, നിന്റെ സ്വന്തം അപ്പനെപ്പറ്റിയാണ് നമ്മൾ സംസാരിച്ചുവരുന്നത്.

റെജീന: അതെ, അത് ശരിയായിരിക്കാം, പക്ഷേ എന്തൊക്കെയായാലും... ഈ നിലയ്ക്ക്, അത് യോഗ്യനായൊരു പുരുഷന്റെ കൂടെ തരക്കേടില്ലാത്തൊരു വീട്ടിലായിരുന്നെങ്കിൽ...

മാൻഡേഴ്സ്: പക്ഷേ എന്റെ പ്രിയപ്പെട്ട റെജീനാ...

റെജീന: ...എനിക്ക് സ്നേഹവും ബഹുമാനവും തോന്നുന്ന, ഒരു മകളോടുള്ള വാത്സല്യം എന്നോടു കാണിക്കുന്ന...

മാൻഡേഴ്സ്: ശരി, പക്ഷേ എന്റെ പ്രിയപ്പെട്ട, നല്ല കുഞ്ഞേ...

റെജീന: അങ്ങനെ ആയിരുന്നെങ്കിൽ തികഞ്ഞ സന്തോഷത്തോടെ ഞാൻ പട്ടണത്തിലേക്ക് മടങ്ങിപ്പോയെനെ. ഇവിടത്തെ ഏകാന്തത ഭയങ്കരമാണ്... ഈ ലോകത്ത് ഒറ്റയ്ക്കാവുന്നതിന്റെ പ്രശ്നങ്ങൾ നല്ല പോലെ അറിയാവുന്ന ആളാണല്ലോ പാസ്റ്റർ, അവിടുന്ന്. സത്യമായും എനിക്കതിന് ഇഷ്ടവും താല്പര്യവുമുണ്ട്. അങ്ങനെ എനിക്കു പറ്റിയ വല്ല ഇടവും അവിടുത്തെ അറിവിൽ ഇല്ലാതിരിക്കുമോ, പാസ്റ്റർ, ഉണ്ടാവുമല്ലോ?

മാൻഡേഴ്സ്: ആരുടെ, എന്റെയോ ? ഇല്ല, സത്യമായും എന്റെ അറിവിലില്ല.

റെജീന: എങ്കിലും പ്രിയപ്പെട്ട, പ്രിയപ്പെട്ട പാസ്റ്റർ മാൻഡേഴ്സ്...അവിടുന്ന് എന്നെക്കുറിച്ചാലോചിക്കണം, ആലോചിക്കില്ലേ, എപ്പോഴെങ്കിലും.. എവിടെയെങ്കിലും...

മാൻഡേഴ്സ്: (എഴുന്നേൽക്കുന്നു.) ശരി, അതു ഞാൻ ആലോചിക്കാം മിസ് എങ്സ്ട്രാന്റ്.

റെജീന: എന്താണെങ്കിലും എനിക്ക്....

മാൻഡേഴ്സ്: ദയവായി മിസിസ് ആൽവിങ്ങിനെ ഒന്നു കൂട്ടിക്കൊണ്ടുവരാമോ?

റെജീന: ഇതാ ഞാൻ പോയ്ക്കഴിഞ്ഞു, പാസ്റ്റർ.

(റെജീന ഇടതുഭാഗത്തേക്ക് പോകുന്നു. പാസ്റ്റർ മാൻഡേഴ്സ് ഏതാനും തവണ അങ്ങോട്ടുമിങ്ങോട്ടും നടക്കുന്നു, കൈകൾ

പിന്നിൽ കെട്ടി തോട്ടത്തിലേക്ക് നോക്കിക്കൊണ്ട് ഒരു നിമഷം നിൽക്കുന്നു. പിന്നെ തിരിഞ്ഞ് മേശയുടെ അടുത്തേക്ക് വരുന്നു, ഒരു പുസ്തകമെടുത്ത് അതിന്റെ കവർ പേജിൽ ശ്രദ്ധിക്കുന്നു; അദ്ദേഹത്തിന് ഒരു ഞെട്ടലനുഭവപ്പെടുകയും തുടർന്ന് പല പുസ്തകങ്ങൾ എടുത്തുനോക്കുകയും ചെയ്യുന്നു.)

മാൻഡേഴ്സ്: ഹും ! തരക്കേടില്ല !

(ഇടതുവശത്തെ വാതിലിൽക്കൂടി മിസിസ് ആൽവിങ് പ്രവേശിക്കുന്നു. അവരെ പിന്തുടർന്നുവന്ന റെജീന തൽക്ഷണം വലതുവശത്തെ വാതിലിൽക്കൂടി മറയുന്നു.)

മിസിസ് ആൽവിങ്: (തന്റെ കൈ നീട്ടുന്നു.) സ്വാഗതം, പാസ്റ്റർ.

മാൻഡേഴ്സ്: സുപ്രഭാതം, മിസിസ് ആൽവിങ്. ഞാൻ വാക്കു തന്ന പ്രകാരം തന്നെ, ഇതാ എത്തിയിരിക്കുന്നു.

മിസിസ് ആൽവിങ്: എന്നത്തെയും പോലെ, കണിശമായിത്തന്നെ.

മാൻഡേഴ്സ്: പക്ഷേ ഒന്നൊഴിഞ്ഞുകിട്ടാൻ അത്ര എളുപ്പമായിരുന്നില്ല, കേട്ടോ, ഈ പള്ളിക്കമ്മിറ്റികളും മറ്റുത്തരവാദിത്വങ്ങളും..

മിസിസ് ആൽവിങ്: ഇത്ര കൃത്യമായി എത്തിച്ചേർന്നത് എന്തുകൊണ്ടും നന്നായി. ഇനി ഭക്ഷണത്തിനു മുമ്പു തന്നെ നമ്മുടെ ഇടപാടുകളൊക്കെ ഒന്നൊതുക്കാമല്ലോ. അല്ല, അങ്ങയുടെ സ്യൂട്ട്കെയ്സെവിടെ?

മാൻഡേഴ്സ്: (തിടുക്കത്തിൽ) എന്റെ സാധനങ്ങളെല്ലാം താഴത്തെ പീടികയിൽ വെച്ചു. ഇന്നു രാത്രി ഞാൻ അവിടെയാ തങ്ങുന്നത്.

മിസിസ് ആൽവിങ് : (ഒരു പുഞ്ചിരി അമർത്തിക്കൊണ്ട്) ഇത്തവണത്തെ ഈ രാത്രിയെങ്കിലും എന്റെ വീട്ടിൽ തങ്ങാമെന്നു പറഞ്ഞാൽ അങ്ങ് കേൾക്കുമോ?

മാൻഡേഴ്സ്: ഇല്ല, ഇല്ല, മിസിസ് ആൽവിങ്, എങ്കിലും നന്ദി. പതിവുപോലെ ഇന്നും ഞാൻ അവിടെത്തന്നെ കൂടാം. ബോട്ടു പിടിക്കാൻ അതാണ് കൂടുതൽ സൗകര്യം.

മിസിസ് ആൽവിങ്: ശരി, അങ്ങയുടെ സൗകര്യം പോലെയാവട്ടെ, എന്നാലും, വാസ്തവത്തിൽ ഞാൻ ആലോചിച്ചുപോവുകയാണ്, നമ്മെപ്പോലെ രണ്ട് സാധുക്കൾ ഈ വയസ്സുകാലത്ത്...

മാൻഡേഴ്സ്: തരക്കേടില്ല, നിങ്ങൾക്കിത്തിരി തമാശയൊക്കെ ആവാം, അല്ലേ? ആവട്ടെ, തീർച്ചയായും ഇന്നു നിങ്ങളുടെ സന്തോഷം അതിരു കടക്കും. ഒന്നാമത് നാളത്തെ ആഘോഷം, പിന്നെ ഓസ്‌വോൾഡിനെ വീട്ടിൽ കിട്ടിയതുകൊണ്ടും.

മിസിസ് ആൽവിങ്: അതെ, ഒന്നു സങ്കല്പിച്ചു നോക്കൂ! ഇത് വിസ്മയകരമല്ലേ! രണ്ടു കൊല്ലത്തിലേറെയായിരിക്കുന്നു ഒടുവിലവൻ നാട്ടിൽ വന്നിട്ട്. ഇത്തവണ ഈ ശീതകാലം മുഴുവൻ അവൻ എന്റെ കൂടെ ഉണ്ടായിരിക്കുമെന്ന് വാക്കു തന്നിരിക്കുന്നു.

മാൻഡേഴ്സ്: ഇപ്പോൾ അയാൾക്കത് തോന്നിയോ ? അപ്പോൾ നല്ല കർത്തവ്യബോധമുണ്ട് നിങ്ങളുടെ മകന്. കാരണം റോമിലേയോ പാരീസിലേയോ ആകർഷണങ്ങൾ അയാളുടെ ജീവിതത്തെയും ആകപ്പാടെ മാറ്റിയിട്ടുണ്ടാകുമെന്നാണ് ഞാൻ വിചാരിച്ചത്.

മിസിസ് ആൽവിങ്: ശരി, പക്ഷേ അവന് അവന്റെ അമ്മ ഇവിടെ ഈ വീട്ടിലാണല്ലോ ഉള്ളത്. ഹാ, എന്റെ എല്ലാം എല്ലാമായ പൊന്നുമോൻ... ഇപ്പോഴും അവന്റെ ഹൃദയത്തിൽ അവന്റെ അമ്മയ്ക്കായി ഒരു പ്രത്യേക സ്ഥാനമുണ്ട്!

മാൻഡേഴ്സ്: എനിക്ക് പറയാതെ പറ്റില്ല, വീടു വിട്ടുപോവുകയും കലയിലും മറ്റും വ്യാപരിക്കുകയും ചെയ്യുമ്പോൾ, അതൊക്കെ സ്വാഭാവികമായ വൈകാരിക പ്രവണതകളെ അപകടപ്പെടുത്തുകയാണെങ്കിൽ, അത് ദുഃഖകരമായ ഒന്നായിരിക്കും.

മിസിസ് ആൽവിങ്: ഓ, അങ്ങ് പറയുന്നത് വാസ്തവം തന്നെ. എന്നാൽ അവനെ സംബന്ധിച്ച് അങ്ങനെയൊരപകടം ഉണ്ടായിട്ടില്ല, എന്തായാലും ഇതുവരെ ഇല്ല. പിന്നെ, അങ്ങ് അവനെ വീണ്ടും കാണുമ്പോൾ എങ്ങനെ തിരിച്ചറിയുമെന്നു കാണാൻ രസമായിരിക്കും... കുറച്ചു കഴിഞ്ഞ് അവൻ താഴേക്ക് വരും. മുകളിലെ സോഫയിൽ ഇത്തിരിയൊന്നു വിശ്രമിക്കുകയാണ്. എന്നാൽ, ഇരിക്കൂ, എന്റെ പ്രിയപ്പെട്ട പാസ്റ്റർ.

മാൻഡേഴ്സ്: ഓ, നന്ദി. നിങ്ങൾക്ക് മറ്റ് അസൗകര്യമൊന്നുമില്ലല്ലോ...?

മിസിസ് ആൽവിങ്: ഹേയ്, ഇല്ല, യാതൊന്നുമില്ല.

(മിസിസ് ആൽവിങ് മേശയ്ക്കരികിലായി ഇരിക്കുന്നു.)

മാൻഡേഴ്സ്: നല്ലത്. എങ്കിൽ നമുക്ക് നോക്കാം....(പുസ്തകസഞ്ചി വെച്ചിരുന്ന കസേരയ്ക്കു നേരെ നീങ്ങുന്നു, അതിൽ നിന്നും ഒരു ചുരുൾ കടലാസ് പുറത്തെടുക്കുന്നു, മേശയുടെ എതിർവശത്തിരുന്ന് കടലാസ് വെക്കാൻ പറ്റിയ ഒരൊഴിഞ്ഞ സ്ഥലമന്വേഷിക്കുന്നു.) അപ്പോൾ എല്ലാത്തിനും മുമ്പ് നാം.... (പെട്ടെന്ന് നിർത്തിക്കൊണ്ട്) മിസിസ് ആൽവിങ്, എന്നോടു പറയൂ, ഇത്തരം പുസ്തകങ്ങൾ എങ്ങനെ വന്നു ഇവിടെ?

മിസിസ് ആൽവിങ്: ഈ പുസ്തകങ്ങളോ ? ഞാൻ തന്നെ വായിക്കുന്ന പുസ്തകങ്ങളാണിവ.

മാൻഡേഴ്സ്: അത്തരം വിഷയങ്ങൾ നിങ്ങൾ വായിക്കാറുണ്ടെന്നോ?

മിസിസ് ആൽവിങ്: തീർച്ചയായും ഞാൻ വായിക്കാറുണ്ട്.

മാൻഡേഴ്സ്: ഇത്തരം വായന കൊണ്ട് നിങ്ങൾക്ക് വല്ല മനഃസമാധാനവും തോന്നാറുണ്ടോ, അല്ലെങ്കിൽ സന്തോഷക്കൂടുതൽ?

മിസിസ് ആൽവിങ്: എനിക്ക് തോന്നാറുണ്ട്, ഒരളവിൽ, കൂടുതൽ ആത്മവിശ്വാസം

മാൻഡേഴ്സ്: വിചിത്രം. എങ്ങനെ?

മിസിസ് ആൽവിങ്: അതെ, ഞാൻ സ്വയമേവ ചിന്തിക്കാറുള്ള ഒട്ടുവളരെ കാര്യങ്ങളെക്കുറിച്ചുതന്നെയാണ് ഇവ വിശദീകരിക്കുകയും സമർത്ഥിക്കുകയും ചെയ്യുന്നതെന്ന് എനിക്ക് തോന്നാറുണ്ട്. അതാണ് വിചിത്രമായ വസ്തുത, പാസ്റ്റർ മാൻഡേഴ്സ്... സത്യത്തിൽ ഈ പുസ്തകങ്ങളിൽ പുതുതായിട്ടൊന്നുമില്ല; ഭൂരിപക്ഷമാളുകൾ ചിന്തിക്കുകയും വിശ്വസിക്കുകയും ചെയ്യുന്ന കാര്യങ്ങളല്ലാതെ.

ഭൂരിപക്ഷമാളുകളും ഇതൊന്നും ഗൗരവത്തിലെടുക്കാറോ അല്ലെങ്കിൽ അംഗീകരിക്കാറോ ഇല്ലെന്ന മാത്രം.

മാൻഡേഴ്സ്: ഹോ, ദൈവമേ! നിങ്ങൾ ശരിക്കും വിശ്വസിക്കുന്നുണ്ടോ ഭൂരിപക്ഷമാളുകളും...?

മിസിസ് ആൽവിങ്: ഉണ്ട്, ഞാൻ വിശ്വസിക്കുന്നുണ്ട്.

മാൻഡേഴ്സ്: ശരി, പക്ഷേ തീർച്ചയായും ഈ നാട്ടിലല്ലല്ലൊ, ഇവിടെയെങ്ങുമല്ലല്ലൊ?

മിസിസ് ആൽവിങ്: ഓ അതെ, ഇവിടെയും.

മാൻഡേഴ്സ്: കഷ്ടം, എനിക്ക് പറയാതെ പറ്റില്ല....!

മിസിസ് ആൽവിങ്: അതെന്തായാലും, എന്താണ് വാസ്തവത്തിൽ ഈ പുസ്തകങ്ങൾക്കെതിരെ അങ്ങയ്ക്കുള്ള ആക്ഷേപം ?

മാൻഡേഴ്സ്: ഇവയ്ക്കെതിരായിട്ടുള്ളതോ? നിങ്ങൾക്ക് തോന്നുന്നില്ലേ ഇമ്മാതിരി പ്രസിദ്ധീകരണങ്ങൾ പരിശോധിച്ചുനോക്കുന്നത് എന്റെ സമയം പാഴാക്കലാണെന്ന്, തീർച്ചയല്ലേ?

മിസിസ് ആൽവിങ്: അതിനർത്ഥം അങ്ങ് അധിക്ഷേപിക്കുന്നത് എന്തിനെയാണോ അതിനെക്കുറിച്ച് അങ്ങയ്ക്ക് ഒരു ചുക്കും അറിയില്ലെന്നാണല്ലൊ.

മാൻഡേഴ്സ്: ഇത്തരം പുസ്തകങ്ങളെ അപലപിക്കാൻ വേണ്ടത്രയും ഞാൻ അവയെക്കുറിച്ച് വായിച്ചറിഞ്ഞിട്ടുണ്ട്.

മിസിസ് ആൽവിങ്: ശരി, എന്നാൽ അങ്ങയുടെ വ്യക്തിപരമായ അഭിപ്രായം...

മാൻഡേഴ്സ്: എന്റെ പ്രിയപ്പെട്ട മാന്യസ്ത്രീയേ, മറ്റുള്ളവരെ ആശ്രയിക്കേണ്ടി വരുന്ന ഒട്ടേറെ അവസരങ്ങൾ നമ്മുടെ ജീവിതത്തിലുണ്ടാവും. അതാണ് ലോകസ്ഥിതി, ആ വഴിക്ക് നീങ്ങുന്നതാണ് നല്ല കീഴ്വഴക്കവും. അല്ലാത്തപക്ഷം സമൂഹത്തിന്റെ ഗതിയെന്താവും?

മിസിസ് ആൽവിങ്: ആവട്ടെ, അങ്ങയുടെ നിലപാട് ശരിയായിരിക്കാം.

മാൻഡേഴ്സ്: ഈ പുസ്തകങ്ങൾക്ക് അനല്പമായ വശീകരണശേഷിയുണ്ടെന്നുള്ള വസ്തുത നിഷേധിക്കാൻ തീർച്ചയായും ഞാനുദ്ദേശിക്കുന്നില്ല. നിങ്ങൾ നിങ്ങളുടെ മകനെ ഇത്രയും കാലം ലക്കില്ലാതെ വ്യാപരിക്കാൻ വിട്ട വിസ്തൃതമായ ഒരു പുറം ലോകമുണ്ടല്ലൊ - ആ ലോകത്ത് പ്രചാരം നേടിക്കൊണ്ടിരിക്കുന്നതായി കേൾക്കുന്ന പുത്തൻ ചിന്താഗതികളുമായി പരിചയപ്പെടാനുള്ള നിങ്ങളുടെ ആവേശത്തേയും ഞാൻ കുറ്റപ്പെടുത്തുന്നില്ല. പക്ഷേ...

മിസിസ് ആൽവിങ്: പക്ഷേ...?

മാൻഡേഴ്സ്: (സ്വരം താഴ്ത്തിക്കൊണ്ട്) പക്ഷേ ഒരാളും ഇത്തരം കാര്യങ്ങളെക്കുറിച്ച് ഇങ്ങനെ സംസാരിക്കുകയില്ല, മിസിസ് ആൽവിങ് ഒരാൾ സ്വന്തം മുറിയുടെ സ്വകാര്യതയിൽ വെച്ച് വായിക്കുന്നതും ചിന്തിക്കുന്നതും എണ്ണിയെണ്ണി വിസ്തരിക്കേണ്ടതില്ല.

മിസിസ് ആൽവിങ്: ഇല്ല, തീർച്ചയായും വേണ്ട, ഞാൻ പരിപൂർണ്ണമായും യോജിക്കുന്നു.

മാൻഡേഴ്സ്: ഈ അനാഥാലയത്തോട് നിങ്ങൾക്കുള്ള ഉത്തരവാദിത്വങ്ങളെക്കുറിച്ച് ഒരു നിമിഷം ഒന്നാലോചിച്ചുനോക്കൂ. എന്തായാലും, ഇതു സ്ഥാപിക്കാൻ തീർച്ചപ്പെടുത്തിയ കാലത്തെ നിങ്ങളുടെ അഭിപ്രായങ്ങളും വിശ്വാസങ്ങളും ഇന്നത്തേതിൽ നിന്നും വളരെ വ്യത്യസ്തമായിരുന്നു - ഞാൻ മനസ്സിലാക്കുന്നിടത്തോളം.

മിസിസ് ആൽവിങ്: ശരിയാണ്, ശരിയാണ്, അതു ഞാൻ അപ്പാടെ സമ്മതിക്കുന്നു. പക്ഷേ അനാഥാലയം സംബന്ധിച്ച്....

മാൻഡേഴ്സ്: അതു ശരിയാണ്, അനാഥാലയം സംബന്ധിച്ചാണ് നമ്മൾ കൂടിയാലോചിക്കാൻ പോകുന്നത്. എങ്കിൽത്തന്നെയും...പ്രിയപ്പെട്ട മിസിസ് ആൽവിങ്, ജാഗ്രത! ഇനി നമുക്ക് ഇടപാടിലേക്ക് കടക്കാം. (ഒരു കവർ തുറന്ന് ഏതാനും കടലാസുകൾ പുറത്തെടുക്കുന്നു.) ഇതാ, ഇതു കണ്ടോ?

മിസിസ് ആൽവിങ്: പ്രമാണങ്ങൾ?

മാൻഡേഴ്സ്: മുഴുവനുമുണ്ട്, വേണ്ട വിധത്തിൽ തന്നെ. വാസ്തവം പറഞ്ഞാൽ ഇവയെല്ലാം യഥാസമയം തയ്യാറായിക്കിട്ടാൻ വലിയ പാടായിരുന്നു. കുറച്ചേറെ സമ്മർദ്ദം ചെലുത്തേണ്ടി വന്നു. കൈമാറ്റക്കരാറുണ്ടാക്കുമ്പോൾ അധികാരികൾ വല്ലാത്ത കർക്കശക്കാരാണ്. എന്നിരുന്നാലും, എല്ലം ശരിയായിക്കിട്ടി. (കടലാസുകൾ മറിക്കുന്നു.) ഇതാ, ഇതാണ് തീറാധാരം. റോസൻവോൾഡ് എസ്റ്റേറ്റിന്റെ ഭാഗമായിരിക്കുന്നതും, സോൾവിക് എന്ന പേരിൽ അറിയപ്പെടുന്നതുമായ സ്ഥലം, അതിൽ പുതുതായി പണി കഴിപ്പിച്ച കെട്ടിടങ്ങൾ, സ്കൂൾ, സ്കൂളിന്റെ മറ്റ് ആസ്തികൾ, ചാപ്പൽ എന്നിവയുൾപ്പെടെ സകലത്തിന്റേയും കൈമാറ്റപത്രം. ഇത് ഒസ്യത്തു പ്രകാരം നൽകപ്പെട്ട സ്വത്ത് അധികാരപ്പെടുത്തുന്നതും പിന്നെ സ്ഥാപനത്തിന്റെ നിയമാവലിക്കുള്ള സമ്മതപത്രവും. ഇതാ, നോക്കൂ...(വായിക്കുന്നു.) ക്യാപ്റ്റൻ ആൽവിങ് സ്മാരക മന്ദിരത്തിന്റെ നിയമാവലി.

മിസിസ് ആൽവിങ്: (കടലാസ് ഒന്നോടിച്ചു നോക്കുന്നു.) അപ്പോൾ എല്ലാമായി.

മാൻഡേഴ്സ്: ഞാൻ തിരഞ്ഞെടുത്ത പേര് ശ്രദ്ധിച്ചല്ലോ. 'കൊട്ടാരം വിചാരിപ്പുകാരൻ' എന്നതിലും പൊങ്ങച്ചം കുറയും. 'ക്യാപ്റ്റ'ന് .

മിസിസ് ആൽവിങ്: ശരി, ഉത്തമമെന്ന് അങ്ങ് കരുതുന്നതെന്തോ അതുതന്നെയാവട്ടെ.

മാൻഡേഴ്സ്: ഇനി, ഈ ബാങ്കുബുക്കിൽ നീക്കിയിരിപ്പ് തുകയെക്കുറിച്ചുള്ള മുഴുവൻ വിവരങ്ങളുമുണ്ട്. ഇതിന്റെ പലിശ കൊണ്ട് അനാഥാലയത്തിന്റെ നിത്യനിദാനച്ചെലവുകൾ കഴിച്ചു കൂട്ടാം.

മിസിസ് ആൽവിങ്: അങ്ങയ്ക്കു നന്ദി, പക്ഷേ ഇതെല്ലാം അങ്ങു തന്നെ സദയം കൈവശം വെക്കുകയാണെങ്കിൽ അത് വലിയ സൗകര്യമായിരിക്കും.

മാൻഡേഴ്സ്: സന്തോഷം. തൽക്കാലം നമുക്ക് പണം ബാങ്കിൽ തന്നെ സൂക്ഷിക്കാം. പലിശ നിരക്ക് വളരെ മെച്ചമൊന്നുമല്ല, അത്

സത്യം-നാലു ശതമാനം, ആറു മാസത്തെ നോട്ടീസിന്മേൽ, തക്കസമയത്ത് വല്ല നല്ല നിക്ഷേപത്തിനും വഴിയുണ്ടാവുകയാണെങ്കിൽ... മുൻ ബാദ്ധ്യതയില്ലാത്ത ഈടായിരിക്കുകയും വേണം. പിന്നെ, നിശ്ചയമായും നല്ല ഉറപ്പുള്ളതും... അപ്പോൾ നമുക്ക് ഇക്കാര്യം വീണ്ടും വിശദമായി സംസാരിക്കാം.

മിസിസ് ആൽവിങ്: ശരി, ശരി, പ്രിയപ്പെട്ട പാസ്റ്റർ മാൻഡേഴ്സ്, ഈ കാര്യങ്ങളെക്കുറിച്ചൊക്കെ അങ്ങയ്ക്കാണ് നല്ല ധാരണയുള്ളത്.

മാൻഡേഴ്സ്: എന്തായാലും, ഞാൻ എന്റെ കണ്ണുകൾ തുറന്നുതന്നെ വെക്കും... എന്നാൽ ഞാൻ പലകുറി നിങ്ങളോട് ചോദിക്കാൻ വിചാരിച്ച മറ്റൊരു സംഗതിയുണ്ട്.

മിസിസ് ആൽവിങ്: എന്താണാവോ അത്?

മാൻഡേഴ്സ്: ഈ അനാഥാലയത്തിന്റെ കെട്ടിടങ്ങൾ ഇൻഷ്വർ ചെയ്യണോ, അതോ വേണ്ടയോ?

മിസിസ് ആൽവിങ്: വേണം, തീർച്ചയായും ഇൻഷ്വർ ചെയ്യേണ്ടതാണ്.

മാൻഡേഴ്സ്: ങാ, എങ്കിലും ഒരു നിമിഷം ഒന്നു നിൽക്കൂ, മിസിസ് ആൽവിങ്. ഈ വിഷയം നമുക്ക് അല്പം കൂടി സൂക്ഷ്മമായി പരിശോധിച്ചു നോക്കാം.

മിസിസ് ആൽവിങ്: എന്റെ വസ്തുവകകളെല്ലാം ഇൻഷ്വർ ചെയ്തിട്ടുണ്ട് - ഈ കെട്ടിടങ്ങളും ഇതിനകത്തുള്ളതും, പിന്നെ വിളവും, കന്നുകാലികളും - എല്ലാം.

മാൻഡേഴ്സ്: സ്വാഭാവികം. അതൊക്കെ നിങ്ങളുടെ സ്വന്തം സ്വത്തുക്കൾ. ഞാനും അതേ ചെയ്യൂ..തീർച്ച തന്നെ. പക്ഷേ ഇത് തീർത്തും വേറിട്ടൊരു സംഗതിയാണ്, നിങ്ങൾക്ക് മനസ്സിലാവുന്നുണ്ടല്ലോ. ഈ അനാഥാലയം, ഒരളവിൽ, ഉന്നതമായൊരു താല്പര്യത്തിനുവേണ്ടി സമർപ്പിച്ചിരിക്കുന്നതാണ്.

മിസിസ് ആൽവിങ്: അതെ. പക്ഷേ....

മാൻഡേഴ്സ്: സംഭവിക്കാനിടയുള്ള എല്ലാത്തരം അപകടങ്ങൾക്കുമെതിരെ നമ്മൾ സുരക്ഷ ഏർപ്പെടുത്തുന്നതിൽ, എന്റെ വ്യക്തിപരമായ അഭിപ്രായത്തിൽ, സത്യമായും യാതൊരാക്ഷേപവും ഞാൻ കാണുന്നില്ല.

മിസിസ് ആൽവിങ്: ഞാനും കാണുന്നില്ല.

മാൻഡേഴ്സ്: .....പക്ഷേ ഈ ചുറ്റുവട്ടത്തുള്ള ആളുകളെക്കുറിച്ച് എന്തു തോന്നുന്നു, എങ്ങനെയാവും അവർ പ്രതികരിക്കുക? അതു സംബന്ധിച്ച് എന്നേക്കാൾ അറിവ് നിങ്ങൾക്കായിരിക്കുമല്ലോ.

മിസിസ് ആൽവിങ്: ഹും, ആളുകളുടെ പ്രതികരണങ്ങൾ....

മാൻഡേഴ്സ്: അതിനോട് വിയോജിപ്പ് പ്രകടിപ്പിച്ചേക്കാവുന്ന കൂട്ടർ- യഥാർത്ഥത്തിൽ ഉത്തരവാദിത്വത്തോടെ അഭിപ്രായം പറയുന്നവർ- അത്തരം ഗണ്യമായൊരു വിഭാഗം ഇവിടെ ഉണ്ടാവുമോ?

മിസിസ് ആൽവിങ്: അല്ല, ഉത്തരവാദിത്വത്തോടെ അഭിപ്രായം പറയുന്നവർ എന്നതുകൊണ്ട് അങ്ങ് വാസ്തവത്തിൽ എന്താണുദ്ദേശിക്കുന്നത്?

മാൻഡേഴ്സ്: മുഖ്യമായും ഞാനുദ്ദേശിക്കുന്നത് സ്വതന്ത്രരും സ്വാധീനശക്തിയുള്ള സ്ഥാനത്തിരിക്കുന്നവരുമായ ആളുകളെക്കുറിച്ചാണ്.

അത്തരക്കാരുടെ അഭിപ്രായങ്ങൾക്ക് ഒരു പ്രത്യേക പ്രാധാന്യം കൊടുക്കാതെ പോയാൽ നമുക്കത് പല തരത്തിലുള്ള വൈഷമ്യങ്ങളുണ്ടാക്കും.

മിസിസ് ആൽവിങ്: ഓ, എന്തിനോടും എളുപ്പം വിയോജിച്ചേക്കാവുന്ന അത്തരക്കാർ ധാരാളമുണ്ടിവിടെ, അവരെ നാം.....

മാൻഡേഴ്സ്: ആവട്ടെ, നിങ്ങൾക്ക് മനസ്സിലായല്ലോ! ടൗണിലാണെങ്കിൽ ആ ഇനത്തിൽപ്പെട്ടവർ എമ്പാടുമുണ്ട്. എന്റെ സഹപ്രവർത്തകരായ വൈദികന്മാരുടെ ഇടവകക്കാരെക്കുറിച്ച മാത്രം നിങ്ങളൊന്നാലോചിച്ചാൽ മതി! വസ്തുതകളെ വളച്ചൊടിച്ച് നിങ്ങൾക്കോ എനിക്കോ ദൈവത്തിന്റെ സംരക്ഷണയിൽ ശരിയായ വിശ്വാസമില്ല എന്നാണിതിനർത്ഥമെന്നു വ്യാഖ്യാനിക്കാൻ അവർക്ക് വളരെ എളുപ്പമായിരിക്കും.

മിസിസ് ആൽവിങ്: പക്ഷേ എന്റെ പ്രിയപ്പെട്ട പാസ്റ്റർ, അങ്ങയെ സംബന്ധിച്ചിടത്തോളം, അങ്ങയ്ക്കുതന്നെ പരിപൂർണ്ണബോദ്ധ്യമുണ്ടല്ലോ...

മാൻഡേഴ്സ്: അതെ, എനിക്കറിയാം, എനിക്കറിയാം... എന്റെ മനഃസാക്ഷി ശുദ്ധമാണ്. അതാണ് പരമാർത്ഥം. പക്ഷേ എന്തൊക്കെ പറഞ്ഞാലും, നമ്മുടെ നിലപാടുകളെ ഗുരുതരമായി ദുർവ്യാഖ്യാനം ചെയ്യുന്നതിൽ നിന്നും ലോകരെ തടുക്കാൻ നമുക്ക് കഴിഞ്ഞെന്നു വരില്ല. അത് ഫലത്തിൽ അനാഥാലയത്തിന്റെ പ്രവർത്തനങ്ങളോടുള്ള വൈകാരികമായ ഒരെതിർപ്പായി മാറാനും ഇടയുണ്ട്.

മിസിസ് ആൽവിങ്: ആവട്ടെ, അതാണതിന്റെ പ്രശ്നമെങ്കിൽ....

മാൻഡേഴ്സ്: ഈ ബുദ്ധിമുട്ടുകളെ ആകപ്പാടെ അവഗണിക്കാൻ കഴിയില്ലെന്നു മാത്രമല്ല...എനിക്ക് മുൻകൂട്ടി കാണാനാവും വിധം എന്റെ അവസ്ഥ വേദനാകരമായിരിക്കുമെന്നും പറഞ്ഞു കൊള്ളട്ടെ. പട്ടണത്തിലെ പ്രതാപികൾക്കിടയിൽ ഈ അനാഥാലയം ഒരു സംസാര വിഷയമായിട്ടുണ്ട്. തീർച്ചയായും, ഇതുകൊണ്ട് പട്ടണത്തിന് ചില മെച്ചങ്ങളൊക്കെ ഉദ്ദേശിക്കപ്പെട്ടിട്ടുണ്ടല്ലോ. പട്ടണവാസികളുടെ നികുതിഭാരം ഗണ്യമായി കുറയുന്നതിന് ഇത് സഹായിക്കുമെന്നും ആളുകൾ പ്രതീക്ഷിക്കുന്നുണ്ട്. പക്ഷേ, ഞാൻ നിങ്ങളുടെ ഉപദേശകനായി പ്രവർത്തിക്കുന്നതുകൊണ്ടും ധനകാര്യവശം ഏറ്റെടുത്തതുകൊണ്ടും അത്യാവേശക്കാർ ആദ്യം തന്നെ തിരിയുന്നത് എന്റെ നേർക്കായിരിക്കുമെന്ന ഭയം എനിക്കുണ്ടെന്ന്...

മിസിസ് ആൽവിങ്: ശരി, അങ്ങ് ആ അപകടം വരുത്തിവെക്കരുത്.

മാൻഡേഴ്സ്: പിന്നെ ചില പത്രമാസികകളിൽക്കൂടി എനിക്കെതിരെ നിസ്സംശയം വരാവുന്ന ആക്രമണങ്ങളെക്കുറിച്ച് ഒട്ടു പറയാനുമില്ല...

മിസിസ് ആൽവിങ്: അങ്ങ് വേണ്ടത്ര പറഞ്ഞുകഴിഞ്ഞു, എന്റെ പ്രിയപ്പെട്ട പാസ്റ്റർ മാൻഡേഴ്സ്. അവിടം കൊണ്ട് അത് തീർച്ചപ്പെടുകയും ചെയ്തു.

മാൻഡേഴ്സ്: അപ്പോൾ യാതൊരിൻഷൂറൻസും നിങ്ങൾക്കു വേണ്ട?

മിസിസ് ആൽവിങ്: വേണ്ട, നമ്മൾ അതങ്ങ് വിട്ടേക്കുക.

മാൻഡേഴ്സ്: (കസേരയിൽ ചാഞ്ഞിരുന്നുകൊണ്ട്) എങ്കിലും ഒരാപത്ത്

വരികയാണെങ്കിൽ ? നമ്മൾ ഒരിക്കലും പ്രതീക്ഷിക്കാത്ത...എങ്കിൽ നഷ്ടം പരിഹരിക്കാൻ നിങ്ങൾ തയ്യാറാവുമോ?

മിസിസ് ആൽവിങ്: ഇല്ല, ഞാൻ നേർക്കുനേരെ പറയാം, ഞാൻ തയ്യാറല്ല.

മാൻഡേഴ്സ്: എങ്കിലും നിങ്ങൾക്കറിയാമല്ലൊ, മിസിസ് ആൽവിങ്..... വാസ്തവത്തിൽ കനത്ത ഒരുത്തരവാദിത്വമാണ് നമ്മൾ ഈ ഏറ്റെടുക്കുന്നത്.

മിസിസ് ആൽവിങ്: പക്ഷേ നമുക്ക് മറ്റെന്തു ചെയ്യാനാവും, വല്ലതുമുണ്ടോ?

മാൻഡേഴ്സ്: ഇല്ല, അത്ര തന്നെ. വാസ്തവത്തിൽ നമുക്ക് യാതൊന്നും ചെയ്യാനില്ല. ആളുകൾക്ക് തെറ്റിദ്ധാരണയ്ക്കിടെ കൊടുക്കുന്ന സാഹസമൊന്നും നമ്മൾ കാട്ടരുത്; എന്തു വന്നാലും ശരി, പൊതുസമൂഹത്തിന്റെ വികാരങ്ങളെ വ്രണപ്പെടുത്തുക വയ്യ.

മിസിസ് ആൽവിങ്: എന്തായാലും അങ്ങയ്ക്കു വയ്യാ, ഒരു പുരോഹിതന്.

മാൻഡേഴ്സ്: സത്യമായും ഞാൻ വിചാരിക്കുന്നത് ഇതുപോലൊരു സ്ഥാപനത്തിന്മേൽ ദൈവാനുഗ്രഹമുണ്ടാകുമെന്ന് നാം വിശ്വസിക്കണം. എന്നത്രെ... സവിശേഷമായൊരു സംരക്ഷണം ഇതിനെ കാത്തു കൊള്ളുമെന്ന തന്നെ.

മിസിസ് ആൽവിങ്: നമുക്കങ്ങനെ ആശിക്കാം, പാസ്റ്റർ മാൻഡേഴ്സ്.

മാൻഡേഴ്സ്: അപ്പോൾ ആ വിഷയം അങ്ങനെ വിടാം?

മിസിസ് ആൽവിങ്: അതെ, തീർച്ചയായും.

മാൻഡേഴ്സ്: നല്ലത്. നിങ്ങളുടെ ആഗ്രഹം പോലെത്തന്നെ. (കുറിക്കുന്നു.) ശരി, അപ്പോൾ- ഇൻഷൂറൻസ് വേണ്ട.

മിസിസ് ആൽവിങ്: ഇത് വിചിത്രമായിരിക്കുന്നു, ഈ ദിവസം തന്നെ അങ്ങ് ഇതു സൂചിപ്പിക്കാനിടയായത്, യാദൃശ്ചികമായിട്ടാണെങ്കിലും...

മാൻഡേഴ്സ്: ഇതിനെക്കുറിച്ച് നിങ്ങളോട്ട ചോദിക്കണമെന്ന് പലപ്പോഴും ഞാൻ ആലോചിച്ചിരുന്നതാണ്...

മിസിസ് ആൽവിങ്: .... ഞാനിതു പറയാൻ കാരണം ഇന്നലെ അവിടെ ചെറുതായിട്ടൊരു തീപ്പിടുത്തമുണ്ടായതാണ്.

മാൻഡേഴ്സ്: എന്ത് !

മിസിസ് ആൽവിങ്: അതെ, എങ്കിലും അത് അധികം പടർന്നു പിടിച്ചില്ല. ആശാരിയുടെ ആലയിൽ ഇത്തിരി മരപ്പൊടിക്ക് തീ പിടിച്ചതാണ്.

മാൻഡേഴ്സ്: എങ്സ്ട്രാന്റ് പണിയെടുക്കുന്നിടത്തോ?

മിസിസ് ആൽവിങ്: അതെ, ചിലപ്പോളയാൾ തീപ്പെട്ടി കൈകാര്യം ചെയ്യുന്നത് കുറച്ചൊക്കെ അശ്രദ്ധമായിട്ടാണത്രെ.

മാൻഡേഴ്സ്: ആ മനുഷ്യൻ, അയാളുടെ മനസ്സിൽ എന്തൊക്കെയാണെന്നോ...എല്ലാത്തരം വേവലാതികളും. ഞാൻ കേട്ടതു വെച്ച് പറഞ്ഞാൽ, ഒരു പുതിയ ജീവിതം തുടങ്ങാനായി അയാൾ കഠിനമായി പരിശ്രമിക്കുന്നുണ്ട്, ദൈവത്തിന് സ്തുതി.

മിസിസ് ആൽവിങ്: ഓഹോ, ഇതാരു പറഞ്ഞു അങ്ങയോട്?

മാൻഡേഴ്സ്: അയാൾ തന്നെയാണ് എന്നോടങ്ങനെ പറഞ്ഞത്. അയാൾ നല്ലൊരു പണിക്കാരനുമാണേ.

മിസിസ് ആൽവിങ്: ഓ അതെ, അയാൾ കുടിക്കാത്ത സമയത്ത്.

മാൻഡേഴ്സ്: ഹാ, സങ്കടമാണത്, അയാളുടെ ആ ദൗർബല്യം ! മിക്കപ്പോഴും അയാളെ കുടിക്കാൻ പ്രേരിപ്പിക്കുന്നത് ആ കാലിന്റെ തകരാറാണെന്നും അയാൾ പറയുന്നു. കഴിഞ്ഞ തവണ അയാൾ പട്ടണത്തിലേക്കു വന്നപ്പോൾ, സത്യമായും എനിക്ക് വളരെ വ്യസനം തോന്നി. റെജീനയുടെ സാമീപ്യം കിട്ടുന്ന ഇവിടെ ഈ ജോലി തരപ്പെടുത്തിക്കൊടുത്തതിന് അയാൾ വന്ന് എന്നോട് അത്യധികം ആത്മാർത്ഥതയോടെ നന്ദി പറഞ്ഞു.

മിസിസ് ആൽവിങ്: അയാൾ അവളെ അധികമൊന്നും കാണാറില്ല.

മാൻഡേഴ്സ്: ഉണ്ടെന്നേ. അയാൾ തന്നെ എന്നോടങ്ങനെ പറഞ്ഞു, നിത്യവും അയാൾ അവളെ കണ്ട് സംസാരിക്കാറുണ്ടെന്ന്.

മിസിസ് ആൽവിങ്: ഓ ശരി, ഉണ്ടായിരിക്കാം.

മാൻഡേഴ്സ്: പ്രലോഭനങ്ങൾ വന്ന് പിടികൂടുമ്പോൾ തനിക്കാശ്രയിക്കാൻ പറ്റിയ ഒരാൾ അരികിൽ വേണമെന്ന് അയാൾ വല്ലാതെ ആഗ്രഹിക്കുന്നുണ്ട്. അതുകൊണ്ടാണ് നാം ജേക്കബ് എങ്സ്ട്രാന്റിനെ ഇത്രയൊക്കെ ഇഷ്ടപ്പെട്ടു പോവുന്നത് - വസ്തുത എന്തെന്നാൽ, അയാൾ വല്ലാതെ നിസ്സഹായനായും ആത്മനിന്ദയോടെയും നേരെ നമ്മുടെ അടുക്കൽ വന്ന് തന്റെ തെറ്റു കുറ്റങ്ങൾ ഏറ്റു പറയുന്നു. കഴിഞ്ഞ തവണ അയാൾ എന്നെ കാണാൻ വന്നപ്പോൾ...നോക്കൂ, മിസിസ് ആൽവിങ്, അയാൾക്ക് റെജീനയെ തന്റെ വീട്ടിലേക്ക് തിരികെ കൊണ്ടുപോകാതെ നിവൃത്തിയില്ലെന്നു വന്നാൽ..

മിസിസ് ആൽവിങ്: (പെട്ടെന്ന് എഴുന്നേൽക്കുന്നു) റെജീന !

മാൻഡേഴ്സ്: നിങ്ങൾ അതിനെ തടയാൻ ശ്രമിക്കരുത്.

മിസിസ് ആൽവിങ്: ഞാൻ തടയും. ഞാൻ അതിശക്തമായിട്ടതിനെ തടയാൻ ശ്രമിക്കും. എന്തായാലും ശരി...റെജീന ഈ അനാഥാലയത്തിൽ ജോലി ചെയ്യാൻ പോവുകയാണ്.

മാൻഡേഴ്സ്: പക്ഷേ ഓർക്കുക, അയാൾ അവളുടെ അപ്പനാണ്...

മിസിസ് ആൽവിങ്: ഓ, എനിക്ക് വളരെ നന്നായിട്ടറിയാം, അയാൾ അവൾക്ക് ഏതു തരത്തിലുള്ള അപ്പനാണെന്ന്. ഇല്ല, എന്റെ എന്റെ അറിവോടെ അവൾ അയാളുടെ അടുക്കലേക്ക് മടങ്ങിപ്പോകാൻ പോവുന്നില്ല.

മാൻഡേഴ്സ്: (എഴുന്നേൽക്കുന്നു.) പക്ഷേ പ്രിയപ്പെട്ട മിസിസ് ആൽവിങ്, അതുസംബന്ധിച്ച് അത്രയും തീർത്തു പറയരുത്. പാവം എങ്സ്ട്രാന്റിനെ നിങ്ങൾ ഈ വിധം തെറ്റായി വിലയിരുത്തുന്നത് ഖേദകരമാണ്. ഇതിപ്പോൾ നിങ്ങളെന്തോ ഭയപ്പെടുന്നതുപോലെയുണ്ടല്ലോ...

മിസിസ് ആൽവിങ്: അതങ്ങനെ ആയിരിക്കാം. റെജീനയുടെ സംരക്ഷണച്ചുമതല ഞാൻ ഏറ്റെടുത്തതാണ്, അതങ്ങനെ തുടരുകയും ചെയ്യും. (ശ്രദ്ധിക്കുന്നു). ശ്ശ്! എന്റെ പ്രിയപ്പെട്ട പാസ്റ്റർ മാൻഡേഴ്സ്, അതിനെപ്പറ്റി കൂടുതലൊന്നും കേൾക്കാൻ ഞാനാഗ്രഹിക്കുന്നില്ല. (അവരുടെ മുഖം സന്തോഷം കൊണ്ട് തെളിയുന്നു) ശ്രദ്ധിക്കൂ! ഓസ്‌വോൾഡ് അതാ താഴേക്കിറങ്ങി വരുന്നു. തൽക്കാലം നമ്മൾ അവനെക്കുറിച്ച് ചിന്തിക്കുക.

(ഓസ്‌വോൾഡ് ആൽവിങ് ഇടതുവശത്തെ വാതിൽ വഴി പ്രവേശിക്കുന്നു; തൊപ്പി കൈയിൽ വഹിച്ചുകൊണ്ടും, ഒരു നേർത്ത ഓവർക്കോട്ട് ധരിച്ച നിലയിലും, ഒരു വലിയ മീർഷോം പൈപ്പ് പുകച്ചു കൊണ്ടും.)

ഓസ്‌വോൾഡ്: (വാതിൽക്കൽ നിന്നുപോകുന്നു.) ഓ, എനിക്ക് മാപ്പ്.... ഞാൻ കരുതി നിങ്ങൾ പഠനമുറിയിലായിരിക്കുമെന്ന്. (മുന്നോട്ട് വരുന്നു.) സുപ്രഭാതം, പാസ്റ്റർ.

മാൻഡേഴ്സ്: (മിഴിച്ചുകൊണ്ട്) ഹാ...! അത്ഭുതം തന്നെ...!

മിസിസ് ആൽവിങ്: ആവട്ടെ, ഇപ്പോൾ ഇവനെക്കുറിച്ച് എന്തു തോന്നുന്നു, പാസ്റ്റർ മാൻഡേഴ്സ് ?

മാൻഡേഴ്സ്: എനിക്ക്... എനിക്ക്... പക്ഷേ ഇത് വാസ്തവത്തിൽ..?

ഓസ്‌വോൾഡ്: അതെ പാസ്റ്റർ, ഇതു വാസ്തവത്തിൽ ആ മുടിയനായ പുത്രൻ തന്നെ.

മാൻഡേഴ്സ്: അരുത്, എന്റെ പ്രിയപ്പെട്ട യുവസുഹൃത്തേ, അങ്ങനെ...

ഓസ്‌വോൾഡ്: ശരി, എങ്കിൽ ആ മടങ്ങിവന്ന സന്തതി.

മിസിസ് ആൽവിങ്: ഓസ്‌വോൾഡ് ആലോചിക്കുന്നത് ഒരു ചിത്രകാരനാവുകയെന്ന അവന്റെ ആശയത്തെ അങ്ങ് ശക്തിയുക്തം എതിർത്ത ആ കാലത്തെപ്പറ്റിയാണ്.

മാൻഡേഴ്സ്: ചില തീരുമാനങ്ങൾ വിനാശകരമാണെന്നു തോന്നുന്ന സന്ദർഭങ്ങളുണ്ട്. എന്നാൽ പിന്നീട്.... (അയാളുടെ കരം ഗ്രഹിച്ച്) സ്വാഗതം, സ്വാഗതം ! സത്യമായും, എന്റെ പ്രിയപ്പെട്ട ഓസ്‌വോൾഡ്... എനിക്കു നിങ്ങളെ പേരെടുത്തു വിളിക്കാമല്ലോ, അല്ലേ?

ഓസ്‌വോൾഡ്: അങ്ങ് എന്നെ മറ്റെന്തു വിളിക്കാനാണ്?

മാൻഡേഴ്സ്: നല്ലത്, എന്റെ പ്രിയപ്പെട്ട ഓസ്‌വോൾഡ്, എനിക്കു പറയാനുള്ളത് എന്താണെന്നു വെച്ചാൽ, ഇതാണ്- മുഴുവൻ കലാകാരന്മാരേയും കണ്ണടച്ചാക്ഷേപിക്കുന്ന കൂട്ടത്തിലാണു ഞാൻ എന്നു നിങ്ങൾ കരുതാൻ പാടില്ല. അവരുടേതായ പ്രത്യേക ചുറ്റുപാടുകളിലും ആത്മാവിന്റെ പരിശുദ്ധി കാത്തുസൂക്ഷിക്കാൻ കഴിവുള്ള വളരെപ്പേരുള്ളതായി ഞാൻ അംഗീകരിക്കുന്നുണ്ട്.

മിസിസ് ആൽവിങ്: (ആനന്ദം കൊണ്ട് പുഞ്ചിരി തൂകുന്നു). ആത്മാവിന്റെയും ശരീരത്തിന്റെയും പരിശുദ്ധി കാത്തുസൂക്ഷിക്കുന്ന ഒരാളെ എനിക്കറിയാം. ഇവനെയൊന്നു നോക്കൂ, പാസ്റ്റർ മാൻഡേഴ്സ്.

ഓസ്‌വോൾഡ്: (അങ്ങോട്ടുമിങ്ങോട്ടും നടന്നുകൊണ്ട്) എന്റെ മമ്മാ, പ്ലീസ്...!

മാൻഡേഴ്സ്: ഓ, നിസ്സംശയം... ആരും അത് നിഷേധിക്കാൻ പോകുന്നില്ല. നിങ്ങൾ നല്ലപോലെ പേരെടുത്തു തുടങ്ങിയിട്ടുണ്ട്. പലപ്പോഴായി നിങ്ങളെക്കുറിച്ച് പത്രങ്ങളിൽ കണ്ടിരുന്നു, വളരെയേറെ പ്രശംസാപരമായിത്തന്നെ. എന്നിരുന്നാലും...ഈ അടുത്ത കാലത്തായി നിങ്ങളുടെ പരിശ്രമങ്ങൾ ഇത്തിരി മന്ദീഭവിച്ചതായി എനിക്ക് തോന്നുന്നു.

ഓസ്‌വോൾഡ്: (തോട്ടപ്പുരയുടെ സമീപം) ഈയടുത്തായി ഞാൻ അധികമൊന്നും വരക്കാറില്ലായിരുന്നു.

മിസിസ് ആൽവിങ്: കലാകാരന്മാർക്കും വേണമല്ലോ ഇടയ്ക്കിത്തിരി വിശ്രമം.

മാൻഡേഴ്സ്: എനിക്കത് ശരിക്കും ഉൾക്കൊള്ളാനാവും. അപ്പോഴാണല്ലോ അവർ കൂടുതൽ മെച്ചപ്പെട്ടതിനുവേണ്ടി കരുത്താർജ്ജിക്കുന്നത്.

ഓസ്‌വോൾഡ്: അതെ...മമ്മാ, ഭക്ഷണം എപ്പോൾ തയ്യാറാവും?

മിസിസ് ആൽവിങ്: ഒരു അര മണിക്കൂറിനുള്ളിൽ. ദൈവത്തിന് സ്തുതി, ഇവന് ഭക്ഷണത്തോട് നല്ല താല്പര്യമുണ്ട്.

മാൻഡേഴ്സ്: പിന്നെ പുകയിലയോടുമുണ്ടല്ലോ.

ഓസ്‌വോൾഡ്: മുകളിലെ ചെറിയ മുറിയിൽ പപ്പയുടെ പൈപ്പ് കണ്ടു, അപ്പോൾ...

മാൻഡേഴ്സ്: ഓഹോ! അപ്പോൾ അങ്ങനെ വരട്ടെ!

മിസിസ് ആൽവിങ്: എന്താത്?

മാൻഡേഴ്സ്: ഓസ്‌വോൾഡ് ഈ പൈപ്പും കടിച്ചു പിടിച്ച് ആ വാതിൽക്കൽ നിൽക്കുന്നതു കണ്ടപ്പോൾ, ഇയാൾ ഇയാളുടെ അപ്പന്റെ തൽസ്വരൂപമായിട്ടെനിക്കു തോന്നി.

ഓസ്‌വോൾഡ്: നേരോ?

മിസിസ് ആൽവിങ്: അതെങ്ങനെ! ഓസ്‌വോൾഡ് ശരിക്കും എന്നെപ്പോലെയാണ്.

മാൻഡേഴ്സ്: ശരി, എന്നാലും ഈ വായ്ക്കോണുകൾ, ഈ ചുണ്ടുകൾ, ഇതെല്ലാം കണിശമായും ആൽവിങ്ങിനെ ഓർമ്മിപ്പിക്കുന്നു.... കുറഞ്ഞപക്ഷം ഇയാൾ പുക വലിക്കുമ്പോൾ.

മിസിസ് ആൽവിങ്: ഒട്ടും തന്നെയില്ല. ഞാൻ പറയുന്നത്, ഓസ്‌വോൾഡിന്റെ വായ്ക്ക് ഒരു പുരോഹിതന്റെ വായയോടാണ് സാമ്യം എന്നാണ്.

മാൻഡേഴ്സ്: അതെ, അതെ, എന്റെ സഹപ്രവർത്തകരായ പല പുരോഹിതന്മാരുടേയും മുഖത്തിന് ഇതുപോലുള്ള പ്രത്യേകതയുണ്ട്.

മിസിസ് ആൽവിങ്: എന്നാലും എന്റെ പ്രിയപ്പെട്ട കുഞ്ഞേ, ഇനി ആ പൈപ്പ് അവിടെയെങ്ങാനും വെക്കൂ. ഇവിടെ വെച്ച് പുക വലിക്കുന്നത് എനിക്ക് പിടിക്കുന്നില്ല.

ഓസ്‌വോൾഡ്: (അപ്രകാരം ചെയ്യുന്നു.) തീർച്ചയായും. എനിക്ക് ഇതൊന്നു വലിച്ചു നോക്കണമെന്നേ ഉണ്ടായിയിരുന്നുള്ളൂ. കാരണം മുമ്പൊരിക്കൽ ഞാനിതു വലിച്ചിട്ടുണ്ട്, എന്റെ കുട്ടിക്കാലത്ത്.

മിസിസ് ആൽവിങ്: നീയോ?

ഓസ്‌വോൾഡ്: അതെ. ഞാനന്ന് തീരെ ചെറുതായിരുന്നു. പപ്പ ശരിക്കങ്ങ് രസം പിടിച്ചിരിക്കുന്ന ഒരു സന്ധ്യാനേരത്ത് ഞാൻ അദ്ദേഹത്തിന്റെ മുറിയിലേക്കു കയറിച്ചെന്ന ഓർമ്മയുണ്ടെനിക്ക്.

മിസിസ് ആൽവിങ്: ആ കാലത്തുണ്ടായ യാതൊന്നുമോർമ്മിക്കാൻ നിനക്കാവില്ല.

ഓസ്‌വോൾഡ്: എനിക്കാവും. ഞാൻ വ്യക്തമായോർക്കുന്നു, പപ്പ അദ്ദേഹത്തിന്റെ കാൽമുട്ടിന്മേൽ എന്നെ പിടിച്ചിരുത്തിയതും പുക വലിക്കാനായി ഈ പൈപ്പ് എനിക്കു തന്നതും. 'വലിയെടാ കുട്ടാ,' അദ്ദേഹം പറഞ്ഞു. 'നല്ലോണം ആഞ്ഞുവലിക്ക്' എന്നാലാവുന്നത്ര ഊക്കോടെ

ഞാൻ വലിച്ചു, ശ്വാസം മുട്ടി, നെറ്റിയിൽ വലിയ വിയർപ്പുതുള്ളികൾ ഉരുണ്ടുകൂടും വരെ. എന്നിട്ടദ്ദേഹം ആർത്തലച്ച് ചിരിച്ചതും....

മാൻഡേഴ്സ്: എത്രയും അസാധാരണം!

മിസിസ് ആൽവിങ്: എന്റെ പ്രിയപ്പെട്ട പാസ്റ്റർ, ഇതെന്തോ ഓസ് വോൾഡ് വല്ല സ്വപ്നവും കണ്ടതായിരിക്കണം.

ഓസ്‌വോൾഡ്: അല്ല മമ്മാ, ഞാനിത് സ്വപ്നം കണ്ടതല്ല. കാരണം-നിങ്ങളോർക്കുന്നില്ലേ- നിങ്ങൾ മുറിയിലേക്ക് വന്നതും എന്നെ വാരിയെടുത്ത് ആയയുടെ മുറിയിലേക്ക് കൊണ്ടുപോയതും. അപ്പോൾ ഞാൻ ഛർദ്ദിച്ചു, നിങ്ങൾ കരയുന്നതും ഞാൻ കണ്ടു....അത്തരം കുസൃതികൾ പപ്പ കൂടെക്കൂടെ ഒപ്പിക്കാറുണ്ടായിരുന്നോ?

മിസിസ് ആൽവിങ്: തന്റെ യൗവ്വനകാലത്ത്, എന്നുമദ്ദേഹം ജീവിക്കുന്നതിന്റെ ആനന്ദത്തിലായിരുന്നു....

ഓസ്‌വോൾഡ്: എന്നിട്ടും ജീവിതത്തിൽ ഇത്രയേറെ നേട്ടങ്ങളുണ്ടാക്കാൻ മിനക്കെട്ടല്ലോ. എത്രയോ ഉപകാരപ്രദമായ നല്ല കാര്യങ്ങൾ, മരിക്കുമ്പോൾ അത്ര പ്രായമുണ്ടായിരുന്നില്ലെങ്കിലും.

മാൻഡേഴ്സ്: അതെ, എന്റെ പ്രിയപ്പെട്ട ഓസ്‌വോൾഡ് ആൽവിങ്, ഭാവനാസമ്പന്നനും പരിശ്രമശാലിയുമായ ഒരു മനുഷ്യന്റെ നാമധേയമാണ് നിങ്ങൾ വഹിക്കുന്നത്. അത് നിങ്ങൾക്കൊരു പ്രചോദനമായിരിക്കും എന്നുതന്നെയാണ് ഞാൻ ഉറച്ചു വിശ്വസിക്കുന്നത്...

ഓസ്‌വോൾഡ്: അതെ, അത് അങ്ങനെതന്നെ.

മാൻഡേഴ്സ്: അദ്ദേഹത്തിന്റെ സ്മരണയെ ആദരിക്കുന്ന ഈ ചടങ്ങുകൾക്കായി നിങ്ങൾ എത്തിച്ചേർന്നത് എന്തുകൊണ്ടും നന്നായി.

ഓസ്‌വോൾഡ്: പപ്പയ്ക്കുവേണ്ടി എനിക്ക് ചെയ്യാവുന്ന ഏറ്റവും ചെറിയ കാര്യമാണിത്.

മിസിസ് ആൽവിങ്: യഥാർത്ഥത്തിൽ നല്ല കാര്യം ഇവൻ കുറച്ചു കാലമെങ്കിലും എന്നോടൊത്ത് ഇവിടെ കഴിയാമെന്ന് സമ്മതിച്ചതാണ്.

മാൻഡേഴ്സ്: ഞാൻ കേട്ടു, ഈ ശീതകാലം മുഴുക്കെ നിങ്ങൾ നാട്ടിലുണ്ടായിരിക്കുമെന്ന്.

ഓസ്‌വോൾഡ്: അക്കാര്യത്തിൽ ഒരനിശ്ചിതത്വമുണ്ട്, പാസ്റ്റർ... ഹാ വീണ്ടും വീട്ടിലെത്തിയതിന്റെ ആനന്ദം ഒന്നു വേറെത്തന്നെ.

മിസിസ് ആൽവിങ്: (പുഞ്ചിരി തൂകിക്കൊണ്ട്) അതെ, അതങ്ങനെയാണ്, അല്ലേ ഓസ്‌വോൾഡ്?

മാൻഡേഴ്സ്: (അനുകമ്പയോടെ അയാളെ നോക്കിക്കൊണ്ട്) എന്റെ പ്രിയപ്പെട്ട ഓസ്‌വോൾഡ്, നന്നേ ചെറുപ്പത്തിലാണ് നിങ്ങൾ വീടുവിട്ടുപോയത്.

ഓസ്‌വോൾഡ്: വാസ്തവം. ചിലപ്പോഴൊക്കെ ഞാൻ ആലോചിക്കാറുണ്ട് അത് വളരെ നേരത്തേ ആയിപ്പോയെന്ന്.

മിസിസ് ആൽവിങ്: ഒട്ടുംതന്നെയല്ല. പ്രതിഭാശാലിയായൊരു കുട്ടിക്ക് അതാണുത്തമം. വിശേഷിച്ചും അവനൊരു ഒറ്റക്കുട്ടിയാകുമ്പോൾ. അവൻ വീട്ടിൽ കഴിഞ്ഞ് അപ്പന്റേയും അമ്മയുടേയും ലാളനകൊണ്ട് വഷളാവാൻ നമ്മൾ ആഗ്രഹിക്കരുത്.

മാൻഡേഴ്സ്: അത് ശരിക്കും ഒരു തർക്കവിഷയമാണ്, മിസിസ് ആൽവിങ്. ഒരു കുട്ടിക്ക് ഏറ്റവും അനുയോജ്യമായ ഇടം അവന്റെ വീടുതന്നെയാണ്, ആയേ പറ്റൂ.

ഓസ്വോൾഡ്: പാസ്റ്ററുടെ ആ വാദത്തോട് യോജിക്കാനാണ് എനിക്ക് തോന്നുന്നത്.

മാൻഡേഴ്സ്: നിങ്ങളുടെ മകനെത്തന്നെ നോക്കൂ. ഇയാളുടെ മുന്നിൽ വെച്ചുതന്നെ നാം അതിനെക്കുറിച്ച് സംസാരിക്കുന്നതിൽ അപാകമൊന്നുമില്ല. ഇന്നിപ്പോൾ ഇയാൾ ഏതവസ്ഥയിലെത്തി നിൽക്കുന്നു? ഇതാ കണ്ടില്ലേ- ഇരുപത്താറോ ഇരുപത്തേഴോ വയസ്സിന്റെ മൂപ്പിൽ, എന്നിട്ടും ശരിയായൊരു കുടുംബജീവിതം എന്തെന്നറിയാനുള്ള അവസരം ഒരിക്കൽപ്പോലുമുണ്ടായില്ല.

ഓസ്വോൾഡ്: എനിക്ക് മാപ്പു തരണം, പാസ്റ്റർ... അവിടെ അങ്ങയ്ക്ക് തീർത്തും തെറ്റിയിരിക്കുന്നു.

മാൻഡേഴ്സ്: ഓഹോ? ഞാൻ വിചാരിച്ചത് നിങ്ങൾ മിക്കവാറും കലാകാരന്മാരുടെ വൃത്തങ്ങളിൽ മാത്രമേ വ്യാപരിക്കാനിടയായിട്ടുണ്ടാകൂ എന്നാണ്.

ഓസ്വോൾഡ്: ശരിതന്നെ.

മാൻഡേഴ്സ്: അതും പരമാവധി നന്നേ ചെറുപ്രായത്തിലുള്ള കലാകാരന്മാർക്കിടയിൽ.

ഓസ്വോൾഡ്: അതെ.

മാൻഡേഴ്സ്: പക്ഷേ ഞാൻ ധരിച്ചത് അക്കൂട്ടരിൽ മിക്കവർക്കും ഒരു വീട് കെട്ടിപ്പടുക്കാനും കുടുംബം പുലർത്താനുമുള്ള സ്ഥിതിയില്ലെന്നാണ്.

ഓസ്വോൾഡ്: അവരിൽ ഒട്ടേറെ പേർക്കും വിവാഹം കഴിക്കാനുള്ള സ്ഥിതിവിശേഷമില്ല, പാസ്റ്റർ.

മാൻഡേഴ്സ്: അതെ, ഞാൻ പറഞ്ഞുവരുന്നതും അതാണ്.

ഓസ്വോൾഡ്: എന്നിരുന്നാലും അവർക്കുമുണ്ടാവാം വീട്. ചിലർക്കൊക്കെ ഉണ്ടുതാനും. അതും മെച്ചപ്പെട്ടതും സുഖകരവുമായ വീടുകൾ. (മിസിസ് ആൽവിങ് ശ്രദ്ധയോടെ കേൾക്കുകയാണ്. എന്നാൽ തലയാട്ടുന്നതല്ലാതെ യാതൊന്നും പറയുന്നില്ല.)

മാൻഡേഴ്സ്: പക്ഷേ ഞാൻ പറഞ്ഞുവരുന്നത് അവിവാഹിതരുടെ താവളങ്ങളെക്കുറിച്ചല്ല. 'വീട്' എന്നതുകൊണ്ട് ഞാനുദ്ദേശിക്കുന്നത് ഒരു കുടുംബത്തിനുള്ള ഇടം എന്നാണ്, ഒരാൾ തന്റെ ഭാര്യയും കുട്ടികളുമായി ജീവിക്കുന്ന സ്ഥലം.

ഓസ്വോൾഡ്: അതെ, അഥവാ അയാളുടെ കുട്ടികളും അയാളുടെ കുട്ടികളുടെ അമ്മയുമൊത്ത്.

മാൻഡേഴ്സ്: (ഞെട്ടി, കൈകൾ ചേർത്ത്) ദൈവമേ!

ഓസ്വോൾഡ്: എന്തേ?

മാൻഡേഴ്സ്: കുട്ടികളുടെ അമ്മയുമൊത്ത് ജീവിക്കുക!

ഓസ്വോൾഡ്: അല്ലാതെ പിന്നെ, അയാളുടെ കുട്ടികളുടെ അമ്മയെ ഉപേക്ഷിക്കണമെന്നാണോ?

മാൻഡേഴ്സ്: അപ്പോൾ വിവാഹത്തിന് യാതൊരു പവിത്രതയും കല്പിക്കാത്ത ബന്ധങ്ങളെക്കുറിച്ചാണ് നിങ്ങൾ സംസാരിക്കുന്നത്. തന്നിഷ്ടപ്രകാരമുള്ള കപട വിവാഹങ്ങളെക്കുറിച്ച്!

ഓസ്‌വോൾഡ്: അപ്രകാരം ഒരുമിച്ച് ജീവിക്കുന്നവർക്കിടയിൽ പ്രത്യേകിച്ച് എന്തെങ്കിലുമൊരു കാപട്യം ഒരിക്കലും ഞാൻ കണ്ടിട്ടില്ല.

മാൻഡേഴ്സ്: പക്ഷേ ഒരു ചെറുപ്പക്കാരനോ ചെറുപ്പക്കാരിക്കോ ഇതെങ്ങനെ സാധിക്കുന്നു... ലവലേശം മാനം മര്യാദയില്ലാതെ ആ മട്ടിൽ കൂടിത്താമസിക്കുന്നതിനു സമ്മതിക്കാൻ... അതും പരസ്യമായി, ലോകത്തിനു മുഴുവൻ കാണാനായി!

ഓസ്‌വോൾഡ്: അല്ലാതെ അവരെന്തു ചെയ്യാനാണ്? ദരിദ്രനായ ഒരു യുവ കലാകാരൻ... ഒരു പാവം പെൺകുട്ടി... വിവാഹത്തിന് പണച്ചെലവുണ്ട്. അവർ എന്തു ചെയ്യണമെന്നാണ്?

മാൻഡേഴ്സ്: അവർ എന്തു ചെയ്യണമെന്നോ? ശരി, മിസ്റ്റർ ആൽവിങ്, അവർ എന്തു ചെയ്യണമെന്ന് ഞാൻ നിങ്ങൾക്കു പറഞ്ഞുതരാം. ആദ്യനിമിഷം തൊട്ടുതന്നെ അവർ പരസ്പരം അകന്നു നിൽക്കണം- അതാണവർ ചെയ്യേണ്ടത്!

ഓസ്‌വോൾഡ്: പ്രണയത്തിന്റെ ചൂടിൽപ്പെട്ട ചെറുപ്പക്കാരിൽ ഇത്തരം വാദങ്ങളൊന്നും ഏശാൻ പോകുന്നില്ല.

മിസിസ് ആൽവിങ്: ഇല്ല, ഏശാൻ പോകുന്നില്ല!

മാൻഡേഴ്സ്: (വിട്ടുകൊടുക്കാതെ) ഇത്തരം കോപ്രായങ്ങൾ ഇവിടെ പൊറുപ്പിക്കുന്നല്ലോ എന്നാലോചിക്കുമ്പോൾ! ഇമ്മാതിരി ആഭാസങ്ങൾ പരസ്യമായി നടമാടുക! (മിസിസ് ആൽവിങ്ങിനെ അഭിമുഖീകരിച്ച്)

അന്ന് തക്കതായ കാരണമില്ലാതെയാണ് ഞാൻ നിങ്ങളുടെ മകനെ സംബന്ധിച്ച് അത്രയേറെ ഉൽക്കണ്ഠപ്പെട്ടത് എന്ന് കരുതിയോ? അനിയന്ത്രിതമായ അസാന്മാർഗ്ഗികത്വം നിർലജ്ജം നടമാടുന്ന സങ്കേതങ്ങളിൽ കഴിഞ്ഞുകൂടുക, അതും ഇതെല്ലാം പരക്കെ അംഗീകരിക്കപ്പെട്ട ഒരു ലോകത്ത്...

ഓസ്‌വോൾഡ്: ഞാനൊന്നു പറയട്ടെ, പാസ്റ്റർ മാൻഡേഴ്സ്. മാമൂൽ വിരുദ്ധമായ ഇത്തരത്തിൽപ്പെട്ട ചില കുടുംബങ്ങളിൽ ഞാനൊരു പതിവു സന്ദർശകനായിരുന്നു, ഞായറാഴ്ചകളിൽ...

മാൻഡേഴ്സ്: അതും ഞായറാഴ്ചകളിൽ!

ഓസ്‌വോൾഡ്: അതെ. തീർച്ചയായും അന്നാണല്ലോ ആളുകൾ ആനന്ദിക്കുന്നത്? പക്ഷേ ഒരിക്കൽപ്പോലും നിന്ദ്യമായ ഒരു വാക്കെങ്കിലും ഞാനവിടെ കേട്ടിട്ടില്ല, അസാന്മാർഗ്ഗികമെന്നു പറയാവുന്ന എന്തെങ്കിലുമൊന്ന് ഞാനവിടെ കണ്ടിട്ടുമില്ല. ഇല്ല, കലാകാരന്മാരുടെ സങ്കേതങ്ങളിൽ എവിടെ എപ്പോഴാണ് ഞാൻ സന്മാർഗ്ഗ വിരുദ്ധത കണ്ടിട്ടുള്ളതെന്ന് അങ്ങയ്ക്കറിയാമോ?

മാൻഡേഴ്സ്: ഇല്ല, ദൈവത്തിന് സ്തുതി!

ഓസ്‌വോൾഡ്: എങ്കിൽ ശരി, അതു പറയാൻ എന്നെ അനുവദിക്കുക. നമ്മുടെ ചില മാതൃകാ ഭർത്താക്കന്മാരും പിതാക്കന്മാരും പാരീസിലെ ആ

കുത്തഴിഞ്ഞ കേന്ദ്രങ്ങളിലേക്ക് ഉല്ലാസപര്യടനത്തിനെത്തുമ്പോഴാണ്... ആ പാവം കലാകാരന്മാരെ സന്ദർശിക്കാൻ അവരുടെ എളിയ കൂട്ടുകളിലേക്ക് സദയം എഴുന്നള്ളുമ്പോഴാണ്, അപ്പോഴാണ് ഞാനതു കണ്ടത്. അപ്പോഴാണ് ഞങ്ങൾ അറിയാനിടയായത്, ഇങ്ങനേയും ചിലതുണ്ടെന്ന്. ഞങ്ങൾ സ്വപ്നം കാണുകപോലും ചെയ്തിട്ടില്ലാത്ത സങ്കേതങ്ങളെക്കുറിച്ചും രഹസ്യങ്ങളെക്കുറിച്ചും ഞങ്ങളോട്ടു പറയാൻ ഈ മാന്യദേഹങ്ങൾക്ക് കഴിയുമായിരുന്നു.

മാൻഡേഴ്സ്: എന്ത്? നിങ്ങളെന്താ ദുഃസൂചന നൽകുകയാണോ, ഈ നാട്ടിൽനിന്നും വരുന്ന ബഹുമാന്യവ്യക്തികളൊക്കെ...?

ഓസ്‌വോൾഡ്: ഈ ബഹുമാന്യവ്യക്തികൾ നാട്ടിൽ മടങ്ങിയെത്തുമ്പോൾ വിളിച്ചുപറയുന്നതൊന്നും ഒരിക്കലും അങ്ങ് കേട്ടിട്ടില്ലേ? വിദേശത്തെമ്പാടും കാണപ്പെടുന്ന കടിഞ്ഞാണില്ലാത്ത അസാന്മാർഗ്ഗികതയെക്കുറിച്ച് അവർ ഘോരഘോരം പ്രസംഗിക്കുന്നത് ഒരിക്കലും അങ്ങ് കേട്ടിട്ടില്ലെന്നാണോ?

മാൻഡേഴ്സ്: ഉണ്ട്, തീർച്ചയായും...

മിസിസ് ആൽവിങ്: ഞാനും കേട്ടിട്ടുണ്ട്.

ഓസ്‌വോൾഡ്: ശരി, അവർ പറയുന്നത് അക്ഷരംപ്രതി നിങ്ങൾക്കു വിശ്വസിക്കാം. അവരിൽ ചിലർ ഇക്കാര്യത്തിൽ വിദഗ്ധരുമാണ്. (തന്റെ തല താങ്ങിപ്പിടിച്ച്) ഹോ, അവിടത്തെ സ്വർഗ്ഗീയമായ സ്വതന്ത്രജീവിതം ഓർത്തുപോകുമ്പോൾ...അതാണല്ലോ ഇങ്ങനെ ഹീനമായി വ്യാഖ്യാനിക്കപ്പെടുന്നത്.

മിസിസ് ആൽവിങ്: ഓസ്‌വോൾഡ്, നീ ഇങ്ങനെ പ്രകോപിതനാവരുത്. അതു നിനക്ക് നന്നല്ല.

ഓസ്‌വോൾഡ്: അതെ മമ്മാ, നിങ്ങൾ പറയുന്നത് ശരിയാണ്. അത് എന്റെ ആരോഗ്യസ്ഥിതിക്ക് കൊള്ളില്ല. എന്റെ ഈ നശിച്ച ക്ഷീണം, നിങ്ങൾക്കറിയാമല്ലോ. ആകട്ടെ, ആഹാരത്തിനു മുമ്പ് ഞാനിത്തിരി നടന്നുവരട്ടെ. പാസ്റ്റർ മാൻഡേഴ്സ്, എന്നോട് പൊറുക്കണം, എനിക്കറിയാം ഇതെല്ലാം സമ്മതിച്ചുതരാൻ അങ്ങയ്ക്കാവില്ലെന്ന്. പക്ഷേ എനിക്കിത് പറഞ്ഞേ പറ്റൂ.

(വലതുവശത്തെ രണ്ടാമത്തെ വാതിലിലൂടെ അയാൾ പുറത്തേക്ക് പോകുന്നു.)

മിസിസ് ആൽവിങ്: എന്റെ പാവം കുട്ടി...!

മാൻഡേഴ്സ്: ശരിയാണ്, നിങ്ങൾ അപ്പറഞ്ഞത് അസ്സലായി. അത് അങ്ങനെയൊരു പതനത്തിലാണ് അയാളെ എത്തിച്ചിരിക്കുന്നത്.

(മിസിസ് ആൽവിങ് അയാളെ നിശ്ശബ്ദം നോക്കുന്നു. മാൻഡേഴ്സ് അങ്ങുമിങ്ങും നടക്കുന്നു.) അയാൾ തന്നെത്തന്നെ വിശേഷിപ്പിച്ചത് മുടിയനായ പുത്രൻ എന്നാണ്. കഷ്ടം... അത് സത്യമാകുന്നു!

(മിസിസ് ആൽവിങ് അദ്ദേഹത്തിന്റെ നേർക്കുള്ള നോട്ടം തുടരുന്നു.) ഇതിനെല്ലാം എന്തു സമാധാനം പറയാനുണ്ട് നിങ്ങൾക്ക്?

മിസിസ് ആൽവിങ്: ഞാൻ പറയുന്നത് ഓസ്‌വോൾഡ് ഉച്ചരിച്ച ഓരോ വാക്കും അക്ഷരംപ്രതി ശരിയാണെന്നാണ്.

മാൻഡേഴ്സ്: (പെട്ടെന്നു നിൽക്കുന്നു.) ശരി! ശരി! ഈ നിലവാരത്തിലേക്ക് താണുപോയത്!

മിസിസ് ആൽവിങ്: ഇവിടത്തെ ഏകാന്തജീവിതം എന്നെയും സമാനമായ ചിന്താഗതിയിൽ എത്തിച്ചിരിക്കുന്നു, പാസ്റ്റർ മാൻഡേഴ്സ്. പക്ഷേ അത് തുറന്നുപറയാനുള്ള ധൈര്യം ഒരിക്കലും എനിക്കുണ്ടായിരുന്നില്ല. എന്തായാലും ശരി, ഇനി എനിക്കുവേണ്ടി എന്റെ മകൻ സംസാരിച്ചുകൊള്ളും.

മാൻഡേഴ്സ്: എങ്കിൽ നിങ്ങൾ അതിയായ സഹതാപമർഹിക്കുന്നു, മിസിസ് ആൽവിങ്. എന്നാൽ ഇപ്പോൾ നിങ്ങളോട് വളരെ ഗൗരവമുള്ളൊരു കാര്യം പറയാനുണ്ടെനിക്ക്. ഇപ്പോൾ ഞാൻ നിങ്ങളുടെ മുന്നിൽ നിൽക്കുന്നത് നിങ്ങളുടെ സാമ്പത്തികകാര്യങ്ങൾ നോക്കുന്നവനോ ഉപദേശകനോ ആയിട്ടല്ല, നിങ്ങളുടെ ഭർത്താവിന്റെ ചിരകാലസ്നേഹിതനായിട്ടുമല്ല-നിങ്ങളുടെ പുരോഹിതനായിട്ടാണ്, ഒരിക്കൽ നിങ്ങളുടെ ജീവിതത്തിലെ അങ്ങേയറ്റം ആപൽക്കരമായ സന്ദർഭത്തിൽ നിന്നതുപോലെ.

മിസിസ് ആൽവിങ്: എന്താണാവോ എന്റെ പുരോഹിതന് എന്നോട് പറയുവാനുള്ളത്?

മാൻഡേഴ്സ്: ആദ്യമായി നിങ്ങളുടെ ഓർമ്മയൊന്നു പുതുക്കാൻ ഞാനഭ്യർത്ഥിക്കട്ടെ, മിസിസ് ആൽവിങ്. അതിനു പറ്റിയ സന്ദർഭം. നാളെയാണ് നിങ്ങളുടെ ഭർത്താവിന്റെ പത്താം ചരമവാർഷികദിനം. നാളെ അദ്ദേഹത്തോടുള്ള ആദരസൂചകമായി ഒരു സ്മാരകമന്ദിരം അനാവരണം ചെയ്യപ്പെടും. നാളത്തെ സദസ്സിനെ ഞാൻ അഭിസംബോധന ചെയ്യും. എന്നാൽ ഇന്ന് നിങ്ങളോടു മാത്രമായിട്ടെനിക്ക് സംസാരിക്കണം.

മിസിസ് ആൽവിങ്: ശരി, അങ്ങനെയാവട്ടെ പാസ്റ്റർ മാൻഡേഴ്സ്. തുടരുക!

മാൻഡേഴ്സ്: ഓർക്കുന്നുണ്ടാവുമല്ലോ, ദാമ്പത്യജീവിതം കഷ്ടിച്ചൊരു വർഷം പിന്നിടുമ്പോൾ എങ്ങനെയാണു നിങ്ങൾ ഒരു തകർച്ചയുടെ വക്കോളമെത്തിയതെന്ന്? എങ്ങനെയാണ് നിങ്ങൾ വീടും കുടുംബവും വിട്ടുപോയതെന്ന്... എങ്ങനെയാണ് നിങ്ങൾ ഭർത്താവിനെ വിട്ട് ഓടിപ്പോയതെന്ന്. അതെ മിസിസ് ആൽവിങ്, ഒളിച്ചോടിയതും അദ്ദേഹം എത്രതന്നെ കേണപേക്ഷിച്ചിട്ടും മടങ്ങിപ്പോരാൻ കൂട്ടാക്കാതിരുന്നതും?

മിസിസ് ആൽവിങ്: ആ ആദ്യവർഷം എന്തൊരു പരമദുരിതമാണ് ഞാൻ അനുഭവിച്ചതെന്ന് അങ്ങ് മറന്നുപോയോ?

മാൻഡേഴ്സ്: അതേ ചപലസങ്കല്പത്തിന്റെ ഭാഗമാണിതെല്ലാം, ജീവിതത്തിൽ ആനന്ദം കണ്ടെത്താനുള്ള നെട്ടോട്ടങ്ങൾ. ആനന്ദം നേടാൻ എന്തവകാശമുണ്ട് മനുഷ്യർക്ക്? ഇല്ല, നാം നമ്മുടെ കർത്തവ്യങ്ങൾ നിറവേറ്റണം, മിസിസ് ആൽവിങ്! എന്തായിരുന്നു നിങ്ങളുടെ കർത്തവ്യം? നിങ്ങളാൽ തിരഞ്ഞെടുക്കപ്പെട്ടുകയും

അലംഘനീയമായ കെട്ടുപാടുകളാൽ ബന്ധിക്കപ്പെട്ടുകയും ചെയ്ത ആ മനുഷ്യനുമായി ചേർന്നുനിൽക്കുകയാണ് നിങ്ങൾ ചെയ്യേണ്ടിയിരുന്നത്.

മിസിസ് ആൽവിങ്: ആ നാളുകളിൽ എന്റെ ഭർത്താവ് ഏതുതരം ജീവിതമാണ് നയിച്ചതെന്ന്, എന്തൊക്കെ അന്ത്യാചാരങ്ങളിലാണ് അദ്ദേഹം ഏർപ്പെട്ടതെന്ന് അങ്ങയ്ക്ക് വളരെ നന്നായിട്ടറിയാം.

മാൻഡേഴ്സ്: അക്കാലത്ത് പ്രചരിച്ചിരുന്ന കിംവദന്തികളെക്കുറിച്ചൊക്കെ എനിക്ക് നല്ലവണ്ണമറിയാം. അവയിൽ വല്ല സത്യവും ഉണ്ടായിരുന്നെങ്കിൽ, ആ ചെറുപ്പക്കാരന് മാപ്പുകൊടുക്കുന്ന അവസാനത്തെയാൾ ഞാനാകുമായിരുന്നു. പക്ഷേ തന്റെ ഭർത്താവിന്റെ മേൽ വിധി പ്രസ്താവിക്കാനുള്ളതല്ല ഒരു ഭാര്യയുടെ സ്ഥാനം. സർവ്വശക്തൻ യഥോചിതം നിങ്ങൾക്കായി വിധിച്ച കുരിശ് വിനയപൂർവ്വം ചുമക്കുകയായിരുന്നു നിങ്ങളുടെ കർത്തവ്യം. പകരം പക്ഷേ ആ കുരിശിനെ നിരസിക്കാനുള്ള അഹന്ത നിങ്ങൾക്കുണ്ടായി. കാലിടറിയ ആ മനുഷ്യന് ഒരു താങ്ങാവേണ്ടതിനുപകരം അയാളെ നിങ്ങൾ ഉപേക്ഷിച്ചു, നിങ്ങളുടെ സ്വന്തം സൽപ്പേരിനെ അപകീർത്തിപ്പെടുത്തി... പിന്നെയോ, നിങ്ങൾ മിക്കവാറും മറ്റുള്ളവരുടെ യശസ്സിനെ നശിപ്പിക്കുന്നേടത്തോളവുമെത്തി.

മിസിസ് ആൽവിങ് : മറ്റുള്ളവരുടെ? മറ്റൊരാളുടെ എന്നായിരിക്കും അങ്ങുദ്ദേശിക്കുന്നത്?

മാൻഡേഴ്സ്: നിങ്ങൾ എന്റെ അടുക്കലേക്ക് അഭയം തേടി വന്നത് തികഞ്ഞ അവിവേകമായിരുന്നു.

മിസിസ് ആൽവിങ്: ഞങ്ങളുടെ പുരോഹിതനെ; ഞങ്ങളുടെ ഉറ്റ സ്നേഹിതനെ തേടി വന്നതോ?

മാൻഡേഴ്സ്: കണിശമായും ആ കാരണത്താൽ... അതെ, എനിക്ക് അവശ്യം വേണ്ട മനക്കരുത്തുണ്ടായതിന് നിങ്ങൾ ദൈവത്തോട് നന്ദി പറയണം... നിങ്ങളുടെ ഉന്മാദമൂർച്ഛയിൽനിന്ന് നിങ്ങളെ പിന്തിരിപ്പിക്കാൻ എനിക്ക് സാധിച്ചതിനും, സ്വകർത്തവ്യത്തിന്റെ പാതയിലേക്ക് നിങ്ങളെ നയിക്കാനുള്ള കഴിവ് എനിക്ക് നൽകപ്പെട്ടതിനും, നിങ്ങളുടെ നിയമാനുസൃത ഭർത്താവിന്റെ അടുക്കലേക്ക് നിങ്ങളെ തിരിച്ചയക്കാൻ കഴിഞ്ഞതിനും.

മിസിസ് ആൽവിങ്: അതെ, പാസ്റ്റർ മാൻഡേഴ്സ്, അതായിരുന്നു അങ്ങ് വിട്ടുവീഴ്ചയില്ലാതെ ചെയ്തത്.

മാൻഡേഴ്സ്: ഞാനോ പരമോന്നതമായൊരു ശക്തിയുടെ ഒരെളിയ ഉപകരണം മാത്രം. അതാണ് നിങ്ങളെ കർത്തവ്യത്തിന്റേയും അനുസരണത്തിന്റേയും പാതയിലേക്ക് മടക്കിക്കൊണ്ടുവരാൻ എന്നെ പ്രാപ്തനാക്കിയത്. അന്നു മുതൽ അത് നിങ്ങൾക്ക് പരമാനുഗ്രഹമായെന്നും തെളിയുകയുണ്ടായില്ലേ? പിന്നീട് നടന്നതെല്ലാം ഞാൻ പ്രവചിച്ചതുപോലെത്തന്നെ ആയിരുന്നില്ലേ? ഒരന്തസ്സുള്ള മനുഷ്യനു ചേർന്ന മട്ടിൽ നിങ്ങളുടെ ഭർത്താവ് തന്റെ ദുർമാർഗ്ഗങ്ങൾക്കുനേരെ മുഖം തിരിച്ചില്ലേ? അതോടെ അദ്ദേഹം,

ശിഷ്ടകാലമത്രയും ആക്ഷേപത്തിന്നിടകൊടുക്കാതെയും സ്നേഹം ചൊരിഞ്ഞും നിങ്ങളോടൊത്ത് ജീവിച്ചില്ലേ? ഈ നാടിനാകെ അദ്ദേഹം ഉപകാരിയായി മാറിയില്ലേ? പതുക്കെപ്പതുക്കെ തന്റെ എല്ലാ മഹത്കർമ്മങ്ങളിലും നിങ്ങളെക്കൂടി ഒരു പങ്കാളിയാക്കാൻ വേണ്ടത്ര സഹായവും പ്രോത്സാഹനവും അദ്ദേഹം നിങ്ങൾക്ക് നൽകിയില്ലേ? തീർച്ചയായും നിങ്ങൾ കാര്യപ്രാപ്തിയുള്ളൊരു സഹപ്രവർത്തകയായി മാറിയിരുന്നു, തർക്കമില്ല...ഓ, എനിക്കതറിയാം മിസിസ് ആൽവിങ്. പ്രശംസിക്കേണ്ടിടത്ത് പ്രശംസിക്കണം...എങ്കിലും ഇനി ഞാൻ നിങ്ങളുടെ ജീവിതത്തിലെ അടുത്ത വലിയ അബദ്ധത്തിലേക്കു വരുന്നു.

മിസിസ് ആൽവിങ്: അങ്ങ് എന്താണുദ്ദേശിക്കുന്നത്?

മാൻഡേഴ്സ്: ഒരിക്കൽ ഒരു ഭാര്യയുടെ കടമ നിങ്ങൾ ധിക്കരിച്ചതുപോലെ, പിന്നീട് നിങ്ങൾ ഒരമ്മയുടെ കടമയും നിരാകരിച്ചിരിക്കുന്നു.

മിസിസ് ആൽവിങ് : ഹാ....!

മാൻഡേഴ്സ്: നിങ്ങളുടെ ജീവിതത്തിലുടനീളം, എന്നും, നിങ്ങൾക്ക് വിനാശകരമായ സ്വാർത്ഥതാല്പര്യവും പിടിവാശിയുമായിരുന്നു. അടക്കമോ ഒതുക്കമോ നിങ്ങളുടെ യാതൊരു പ്രവൃത്തിയിലും നിഴലിച്ചിട്ടില്ല. യാതൊരു നിയന്ത്രണത്തേയും ഒരിക്കലും നിങ്ങൾ വക വെച്ചിട്ടില്ല. നിങ്ങളുടെ ജീവിതത്തിൽ എന്തെങ്കിലുമൊന്ന് ഒരു ബാദ്ധ്യതയായി തോന്നുമ്പോൾ അതൊരു ഭാരമായിക്കരുതി തന്നിഷ്ടപ്രകാരം അത് ദൂരേക്ക് വലിച്ചെറിയുന്നതിൽ വല്ല തത്വദീക്ഷയോ സന്ദേഹമോ നിങ്ങൾ കാണിച്ചിട്ടില്ല. ഒരു ഭാര്യയായിരിക്കുന്നത് ഒട്ടുംതന്നെ നിങ്ങൾക്ക് ചേരുന്നതല്ലെന്നു തോന്നി, അതുകൊണ്ട് നിങ്ങൾ നിങ്ങളുടെ ഭർത്താവിനെ വിട്ടുപോയി. ഒരമ്മയായിരിക്കുന്നത് നിങ്ങൾക്കസഹ്യമായി, അതുകൊണ്ട് നിങ്ങൾ നിങ്ങളുടെ മകനെ അപരിചിതന്മാർക്കിടയിലേക്കോടിച്ചു.

മിസിസ് ആൽവിങ്: അതെ, അതു സത്യമാണ്. ഞാനതു ചെയ്യുകതന്നെ ചെയ്തു.

മാൻഡേഴ്സ്: അതോടെ നിങ്ങൾ അയാൾക്ക് ഒരന്യയായി.

മിസിസ് ആൽവിങ്: ഇല്ല, ഇല്ല, ഒരിക്കലും!

മാൻഡേഴ്സ്: ആയിരിക്കുന്നു! ആകാതെ തരമില്ല! എന്നിട്ടിപ്പോൾ ഏതു തരത്തിലുള്ള മകനെയാണ് നിങ്ങൾക്ക് തിരിച്ചുകിട്ടിയിരിക്കുന്നത്? നിൽക്കൂ, ചിന്തിക്കൂ, മിസിസ് ആൽവിങ്, നിങ്ങൾ നിങ്ങളുടെ ഭർത്താവിനോട് കൊടിയ അപരാധം ചെയ്തു- ആ തെറ്റ് നിങ്ങൾ അംഗീകരിക്കുകയാണ്, ഈ സ്മാരകമുയർത്തുന്നതിലൂടെ. നിങ്ങൾ നിങ്ങളുടെ മകനോടു കാട്ടിയ തെറ്റും തിരിച്ചറിയേണ്ടിയിരിക്കുന്നു. തിന്മയുടെ മാർഗ്ഗത്തിൽനിന്നും അയാളെ പിന്തിരിപ്പിക്കാൻ ഇപ്പോഴും സമയമുണ്ട്. ആദ്യം നിങ്ങൾ സ്വയം പിന്തിരിയുക. എന്നിട്ട്, അയാളുടെ ഉള്ളിൽ ഇപ്പോഴും ശേഷിച്ചിരിക്കാവുന്ന നന്മയോടെ അയാളെ രക്ഷിക്കുക. കാരണം, മിസിസ് ആൽവിങ്, (ചൂണ്ടുവിരൽ ഉയർത്തിക്കൊണ്ട്) സത്യമായും നിങ്ങൾ

കുറ്റവാളിയായ ഒരമ്മയാണ്... ഇത് നിങ്ങളോടു പറയേണ്ടത് എന്റെ കടമയാണെന്ന് ഞാൻ കരുതുന്നു.

(നിശ്ശബ്ദത)

മിസിസ് ആൽവിങ്: (സ്വയം നിയന്ത്രിച്ചുകൊണ്ട്, പതുക്കെ) പാസ്റ്റർ മാൻഡേഴ്സ്, അങ്ങയ്ക്കു പറയാനുള്ളത് അങ്ങ് പറഞ്ഞു. പിന്നെ, നാളെ അങ്ങ് എന്റെ ഭർത്താവിന്റെ സ്മരണയെ മുൻനിർത്തി ഒരു പ്രഭാഷണം നടത്തും. നാളെ ഞാൻ സംസാരിക്കുകയില്ല. എന്നാൽ ഇപ്പോൾ അങ്ങ് എന്നോടു സംസാരിച്ചതുപോലെ ഞാൻ അങ്ങയോടും സംസാരിക്കാൻ പോകുന്നു.

മാൻഡേഴ്സ്: തീർച്ചയായും, നിങ്ങളുടെ ചെയ്തികൾക്കുള്ള വല്ല ഒഴികഴിവും...

മിസിസ് ആൽവിങ്: അല്ല, അങ്ങയോട് ചിലതു പറയാനായി മാത്രം.

മാൻഡേഴ്സ്: ഓഹോ?

മിസിസ് ആൽവിങ്: അങ്ങ് എന്നെ കർത്തവ്യത്തിന്റെ പാതയിലേക്ക് തിരികെ കൊണ്ടുവന്നു എന്ന് അങ്ങ് വിശേഷിപ്പിച്ച ആ ഘട്ടത്തിനു ശേഷം നടന്ന യാതൊന്നും - എന്നെക്കുറിച്ചും എന്റെ ഭർത്താവിനെക്കുറിച്ചും ഞങ്ങളുടെ ഒരുമിച്ചുള്ള ജീവിതത്തെക്കുറിച്ചും അങ്ങ് പറയുന്ന യാതൊരു വസ്തുതയും- അങ്ങ് നേരിട്ടറിഞ്ഞതല്ല. ആ നിമിഷംതൊട്ട് അങ്ങ് ഞങ്ങളുടെ വീട്ടിൽ കാലു കുത്തിയിട്ടില്ല - ഞങ്ങളുടെ ആത്മമിത്രവും ഞങ്ങളുടെ വീട്ടിലെ നിത്യസന്ദർശകനുമായിരുന്ന അങ്ങ്.

മാൻഡേഴ്സ്: അതു കഴിഞ്ഞ് പെട്ടെന്നുതന്നെ നിങ്ങളും നിങ്ങളുടെ ഭർത്താവും പട്ടണം വിട്ടു പോയിരുന്നു.

മിസിസ് ആൽവിങ്: ശരിയാണ്. എങ്കിലും എന്റെ ഭർത്താവ് ജീവിച്ചിരിക്കെ ഒരിക്കൽപ്പോലും അങ്ങ് ഞങ്ങളെ കാണാനായി വന്നില്ല. ഒടുവിൽ സാമ്പത്തികകാര്യമാണ് എന്നെ സന്ദർശിക്കാൻ അങ്ങയെ നിർബന്ധിതനാക്കിയത്. അനാഥാലയം സംബന്ധിച്ച് എന്നെ കണ്ടേ പറ്റൂ എന്നായതുകൊണ്ട്.

മാൻഡേഴ്സ്: (താഴ്ന്നതും ചഞ്ചലവുമായ സ്വരത്തിൽ) ഹെലൻ, ഇതുകൊണ്ട് ഒരു കുറ്റപ്പെടുത്തലാണുദ്ദേശിക്കുന്നതെങ്കിൽ, ഞാൻ അഭ്യർത്ഥിക്കട്ടെ, നിങ്ങൾ ധരിക്കേണ്ടത്...

മിസിസ് ആൽവിങ്: ....സ്വന്തം പദവി അങ്ങയ്ക്ക് പരിഗണിക്കേണ്ടതുണ്ട്. ഓ, ശരിയാണ്! ഞാൻ ഒളിച്ചോടിയ ഭാര്യയാണ്. അത്തരം ഒരുമ്പെട്ട പെണ്ണുങ്ങളെ എത്ര കരുതിയിരുന്നാലും ഏറിപ്പോവുകയില്ല.

മാൻഡേഴ്സ്: എന്റെ പ്രിയപ്പെട്ട... മിസിസ് ആൽവിങ്, അതൊരു അത്യാരോപണമായിപ്പോയി.

മിസിസ് ആൽവിങ്: എനിക്ക് പറയാനുള്ളത് ഇതു മാത്രം. എന്റെ ദാമ്പത്യജീവിതത്തിന്മേൽ വിധി പറയുമ്പോൾ, പൊതുജനാഭിപ്രായത്തെ കണ്ണടച്ചു ശരിവെക്കുകയാണ് അങ്ങു ചെയ്യുന്നത്.

മാൻഡേഴ്സ്: ഓഹോ? എങ്കിലെന്ത്?

മിസിസ് ആൽവിങ്: എന്നാൽ കേൾക്കണം, പാസ്റ്റർ മാൻഡേഴ്സ്, സത്യം എന്താണെന്ന് ഇപ്പോൾ ഞാൻ പറയാൻ പോവുകയാണ്.

എന്നെങ്കിലുമൊരിക്കൽ ഇത് അങ്ങയോടു വെളിപ്പെടുത്തണമെന്ന് ഞാൻ എന്നോടുതന്നെ ശപഥം ചെയ്തിരുന്നു. അങ്ങയോട്, അങ്ങയോടുമാത്രം!

മാൻഡേഴ്സ്: അപ്പോൾ, എന്തു സത്യമാണത്?

മിസിസ് ആൽവിങ്: ആ സത്യം ഇതാണ്: എന്റെ ഭർത്താവ് എന്നുമെന്ന പോലെ തന്റെ മരണംവരെയും ദുർമ്മാർഗ്ഗിയായിത്തന്നെയാണ് ജീവിച്ചത്.

മാൻഡേഴ്സ്: (കസേരയ്ക്കുവേണ്ടി തപ്പിത്തടഞ്ഞുകൊണ്ട്) നിങ്ങൾ എന്തു പറഞ്ഞു?

മിസിസ് ആൽവിങ്: പത്തൊൻപതു വർഷത്തെ വൈവാഹിക ജീവിതത്തിനുശേഷവും - പഴയ മട്ടിൽ വ്യഭിചാരിയായിത്തന്നെ - തന്റെ വഷളത്തങ്ങളിൽ മുഴുകിക്കൊണ്ട്, യഥേഷ്ടം - അങ്ങ് ഞങ്ങളുടെ വിവാഹം നടത്തിത്തന്നതിനു മുമ്പത്തെപ്പോലെ തന്നെ.

മാൻഡേഴ്സ്: ആ യുവസഹജമായ ചാപല്യങ്ങളെ... കുസൃതികളെ... അമിതാവേശത്തെ... നിങ്ങളതിനെ ഒരു ദുഷിച്ച ജീവിതമായി വിശേഷിപ്പിക്കുന്നു!

മിസിസ് ആൽവിങ്: ഞങ്ങളുടെ ഡോക്ടർ അങ്ങനെയാണ് വിശേഷിപ്പിച്ചത്.

മാൻഡേഴ്സ്: നിങ്ങൾ പറയുന്നത് എനിക്ക് മനസ്സിലാവുന്നില്ല.

മിസിസ് ആൽവിങ്: അതത്ര അത്യാവശ്യവുമല്ല.

മാൻഡേഴ്സ്: ഇത് എന്നെ വല്ലാതെ അമ്പരപ്പിക്കുന്നു. ഇത് എനിക്ക് വിശ്വസിക്കാനാവുന്നില്ല, നിങ്ങളുടെ ദാമ്പത്യജീവിതമാകെത്തന്നെ... ഭർത്താവുമൊത്തുള്ള ആ വർഷങ്ങളത്രയും... വെറുമൊരു കപടനാടകമല്ലാതെ മറ്റൊന്നുമായിരുന്നില്ലെന്ന്.

മിസിസ് ആൽവിങ്: കൃത്യമായും അതുതന്നെ. ഇപ്പോൾ അങ്ങയ്ക്ക് മനസ്സിലാകുന്നു.

മാൻഡേഴ്സ്: ഇത് വല്ലാത്തൊരു... ഇതുൾക്കൊള്ളാൻ എനിക്ക് ഏറെ പ്രയാസം തോന്നുന്നു. എനിക്കൊരു പിടിയും കിട്ടുന്നില്ല. ഇത് എന്റെ ഗ്രഹണശേഷിക്കപ്പുറത്താണ്. ഇത് എങ്ങനെ സാദ്ധ്യമാകും...? ഇതുപോലൊരു കാര്യം എങ്ങനെ ഒളിച്ചുവെക്കാൻ കഴിയും?

മിസിസ് ആൽവിങ്: അതിനായിരുന്നു ഞാൻ അന്തമില്ലാതെ പോരാടിക്കൊണ്ടിരുന്നത്, ദിനംപ്രതി. ഞങ്ങൾക്ക് ഓസ്‌വോൾഡ് ഉണ്ടായപ്പോൾ ഏറെക്കുറെ ഞാൻ ധരിച്ചു ആൽവിങ് കുറച്ചൊക്കെ മെച്ചപ്പെടുകയാണെന്ന്. പക്ഷേ ആ ധാരണ ഏറെയൊന്നും നീണ്ടുപോയില്ല. അതോടെ എനിക്ക് ഇരട്ടിശക്തിയിൽ യുദ്ധം ചെയ്യേണ്ടിവന്നു, എന്റെ കുഞ്ഞിന്റെ അപ്പൻ ഏതു തരക്കാരനാണെന്ന് ആരെങ്കിലുമറിയുന്നത് തടയാനുള്ള അത്യുഗ്ര പോരാട്ടം. പിന്നെ, തീർച്ചയായും അങ്ങയ്ക്കറിയാം, എന്തൊരു വശ്യവ്യക്തിത്വമായിരുന്നു ആൽവിങിന്റേതെന്ന്. അദ്ദേഹത്തെക്കുറിച്ച് നല്ലതല്ലാത്തതൊന്നും വിശ്വസിക്കാൻ ആർക്കും കഴിയുമായിരുന്നില്ല. എന്തൊക്കെ കാട്ടിക്കൂട്ടിയാലും തങ്ങളുടെ യശസ്സ് കളങ്കപ്പെടാത്ത ചിലരുണ്ടല്ലോ, അക്കൂട്ടത്തിലാണദ്ദേഹം. പക്ഷേ അപ്പോഴാണ്, പാസ്റ്റർ മാൻഡേഴ്സ്..

മറ്റൊന്നുകൂടി അങ്ങ് അറിഞ്ഞേ പറ്റൂ... അപ്പോഴാണ് എല്ലാറ്റിലും ഘോരമായ മറ്റൊന്നുണ്ടായത്.

മാൻഡേഴ്സ്: ഇതിനേക്കാൾ ഘോരമായതോ?

മിസിസ് ആൽവിങ്: ഈ വീടിനു പുറത്ത് എന്തൊക്കെയാണ് രഹസ്യമായി നടന്നുകൊണ്ടിരുന്നതെന്ന് എത്രയും നന്നായി എനിക്കറിയാമായിരുന്നെങ്കിലും, എല്ലാം ഞാൻ നിശ്ശബ്ദം സഹിച്ചു. എന്നാൽ അപഖ്യാതി ഇതാ ഈ ചുമരുകൾക്കുള്ളിൽനിന്നുതന്നെ പരക്കുമെന്നായപ്പോൾ...

മാൻഡേഴ്സ്: നിങ്ങൾ എന്താണിപ്പറയുന്നത്! ഇവിടെ!

മിസിസ് ആൽവിങ്: അതെ, ഞങ്ങളുടെ ഈ സ്വന്തം വീട്ടിൽ. അതാ അവിടെ (വലതുവശത്തെ മുൻവാതിൽക്കലേക്ക് ചൂണ്ടുന്നു.) ഊൺമുറിക്കുള്ളിൽ, അവിടെ വെച്ചാണ് അതിനെക്കുറിച്ചുള്ള ആദ്യസൂചന എനിക്കു കിട്ടിയത്. അവിടെ ഞാൻ എന്തോ ചെയ്യുകയായിരുന്നു, വാതിൽ ഒരല്പം തുറന്നുകിടക്കുന്നുമുണ്ടായിരുന്നു. അപ്പോൾ ഞാൻ കേട്ടു, ഞങ്ങളുടെ പണിക്കാരിപ്പെണ്ണ് ആ ചെടികൾക്ക് നനയ്ക്കാനുള്ള വെള്ളവുമായി അകത്തേക്ക് വരുന്നത്.

മാൻഡേഴ്സ്: ശരി...?

മിസിസ് ആൽവിങ്: ഒരല്പം കഴിഞ്ഞ് എന്റെ ഭർത്താവ് അകത്തേക്കു വരുന്ന ശബ്ദവും ഞാൻ കേട്ടു. അദ്ദേഹം താഴ്ന്ന സ്വരത്തിൽ അവളോടെന്തോ പറയുന്നതും ഞാൻ കേട്ടു. പിന്നെ ഞാൻ കേട്ടത്... (ഒരു ചെറുചിരിയോടെ)ഹോ, ഇപ്പോഴും എനിക്കതു കേൾക്കാം, അത്രമാത്രം ലജ്ജാകരമായതും എന്നാൽ അതേസമയം അത്രമേൽ എന്നെ തകർത്തു നിലംപരിശാക്കുന്നതും... എന്റെ സ്വന്തം പരിചാരിക മന്ത്രിക്കുന്നത് ഞാൻ കേട്ടു. 'ഞാൻ പോകട്ടെ മിസ്റ്റർ ആൽവിങ്, എന്നെ വെറുതെ വിടൂ!'

മാൻഡേഴ്സ്: എന്തൊരു മര്യാദകേട്! എന്തൊരവിവേകം! പക്ഷേ എനിക്കുറപ്പുണ്ട്, മിസിസ് ആൽവിങ്, അത് വെറുമൊരവിവേകമല്ലാതെ മറ്റൊന്നുമല്ല, ദയവായി ഞാൻ പറയുന്നതു വിശ്വസിക്കൂ.

മിസിസ് ആൽവിങ്: എന്താണ് വിശ്വസിക്കേണ്ടതെന്ന് എനിക്ക് വേഗം മനസ്സിലായി. എന്റെ ഭർത്താവ് ആ പെണ്ണിൽനിന്നുമാഗ്രഹിച്ചത് നേടിയിരുന്നു... ആ ബന്ധത്തിന് അതിന്റേതായ ഭവിഷ്യത്തുമുണ്ടായി, പാസ്റ്റർ മാൻഡേഴ്സ്.

മാൻഡേഴ്സ്: (സ്തബ്ധനായതുപോലെ) അപ്പോൾ അതെല്ലാം ഈ വീട്ടിൽ വെച്ചുതന്നെ! ഈ വീട്ടിൽ!

മിസിസ് ആൽവിങ്: ഈ വീട്ടിൽവെച്ച് ഒരുപാട് സഹിക്കേണ്ടിവന്നിട്ടുണ്ടെനിക്ക്. ഈ വീട്ടിൽത്തന്നെ അദ്ദേഹത്തെ അടക്കിയിരുത്തുന്നതിന്... സന്ധ്യകളിലും രാത്രികളിലും... മുകളിലെ അദ്ദേഹത്തിന്റെ മുറിയിൽവെച്ചുള്ള കുടിക്കും കൂത്താട്ടത്തിനും കൂട്ടുചേരേണ്ടിവന്നിരുന്നു എനിക്ക്. ഞങ്ങൾ ഇരുവരും മാത്രമായ മദ്യോത്സവത്തിന്, അദ്ദേഹത്തിന്റെ ആഭാസകരവും അശ്ലീലം നിറഞ്ഞതുമായ ജല്പനങ്ങൾ കേട്ടുകൊണ്ട് എനിക്കവിടെ കാത്തുകെട്ടികിടക്കേണ്ടിവന്നു,

പാട്ടുപെട്ട് കിടക്കയിലേക്ക് വലിച്ചിഴച്ചുകൊണ്ടുപോകാനുള്ള സമയമെത്തുംവരെ...

മാൻഡേഴ്സ്: (ഉൾക്ഷോഭത്തോടെ) നിങ്ങൾക്കത് എങ്ങനെ താങ്ങാൻ കഴിഞ്ഞു?

മിസിസ് ആൽവിങ്: എന്റെ പിഞ്ചുകുഞ്ഞിന്റെ താല്പര്യത്തിനുവേണ്ടി എനിക്കത് സഹിക്കേണ്ടിവന്നു. പക്ഷേ അങ്ങനെയിരിക്കെ ആ നിർണ്ണായകമായ അവമാനമുണ്ടായപ്പോൾ, എന്റെ സ്വന്തം പണിക്കാരിപ്പെണ്ണിന്... അപ്പോൾ എനിക്ക് എന്നോടുതന്നെ ശപഥം ചെയ്യേണ്ടിവന്നു, ഇതങ്ങവസാനിപ്പിച്ചേ പറ്റൂവെന്ന്! അങ്ങനെ ഞാൻ ഈ വീടിന്റെ നിയന്ത്രണമേറ്റെടുത്തു... പരിപൂർണ്ണ നിയന്ത്രണം... അദ്ദേഹത്തിന്റെ മേലും മറ്റെല്ലാറ്റിന്റെ മേലും. കാരണം അതോടെ എനിക്ക് അദ്ദേഹത്തിനെതിരായ ഒരായുധം കിട്ടി, അങ്ങയ്ക്ക് വ്യക്തമാകുന്നുണ്ടല്ലോ, അദ്ദേഹം യാതൊരു പ്രതിഷേധത്തിനും ധൈര്യപ്പെട്ടുമില്ല. ആ സമയത്താണ് ഓസ്‌വോൾഡിനെ ദൂരേക്കയച്ചത്. അവൻ ഏഴാം വയസ്സോടടുക്കുകയായിരുന്നു, പൊതുവെ കാര്യങ്ങൾ ശ്രദ്ധിക്കാനും ചോദ്യങ്ങൾ ചോദിക്കാനും തുടങ്ങുന്ന പ്രായം. എനിക്ക് താങ്ങാനാവാതിരുന്ന ഒന്ന് അതായിരുന്നു. മലിനമായ ഈ കുടുംബാന്തരീക്ഷത്തിലെ ഹീനവായു ശ്വസിച്ചാൽ മതി, അവൻ വിഷപ്പെട്ടുപോകുമെന്ന് ഞാൻ ഭയന്നു. അതുകൊണ്ടാണ് അവനെ ഞാൻ ദൂരേക്ക് പറഞ്ഞയച്ചത്. ഇപ്പോൾ അങ്ങയ്ക്ക് മനസ്സിലാകുന്നുണ്ടല്ലോ, എന്തുകൊണ്ടാണ് അവന്റെ അപ്പൻ ജീവിച്ചിരുന്ന കാലത്തോളം ഒരിക്കൽപ്പോലും ഇവിടെ കാലുകുത്താൻ അവൻ അനുവദിക്കപ്പെടാതിരുന്നതെന്ന്. അതിന് ഞാൻ കൊടുത്ത വില യാതൊരാൾക്കുമറിയില്ല.

മാൻഡേഴ്സ്: എന്തൊരു ദാരുണമായ തീവ്രവേദനയാണ് നിങ്ങളുടേത്!

മിസിസ് ആൽവിങ്: ഞാൻ ഉണർന്നു പ്രവർത്തിച്ചില്ലായിരുന്നെങ്കിൽ ഒരിക്കലും എനിക്ക് പിടിച്ചുനിൽക്കാൻ കഴിയുമായിരുന്നില്ല. ഞാൻ ശരിക്കദ്ധ്വാനിച്ചു എന്നുതന്നെ എനിക്ക് പറയാൻ കഴിയും! എസ്റ്റേറ്റിന്റെ വിപുലീകരണം, അഭിവൃദ്ധി, പിന്നെ പ്രയോജനകരമായ എല്ലാ നവീകരണങ്ങളുടെ പേരിലും ആൽവിങ് പ്രശംസിക്കപ്പെട്ടല്ലോ-അങ്ങ് സങ്കല്പിക്കുന്നുണ്ടോ അങ്ങനെ വല്ലതിനും പ്രാപ്തനായിരുന്നു ആൽവിങ് എന്ന്? അദ്ദേഹം! പഴയൊരു സർക്കാർ ഗസറ്റും മറിച്ചുനോക്കിക്കൊണ്ട് പകലന്തിയോളം സോഫയിൽ ചടഞ്ഞുകൂടുന്ന അദ്ദേഹം! ഇനി ഞാൻ ഇതുകൂടി അങ്ങയോട് പറഞ്ഞുകൊള്ളട്ടെ: വല്ലപ്പോഴുമുണ്ടാകുന്ന സുബോധത്തിന്റെ ഇടവേളകളിൽ ഞാനൊരുത്തിയാണ് അദ്ദേഹത്തെ നിയന്ത്രണത്തിൽ നിർത്തിയത്; പിന്നെയും നില തെറ്റി മദ്യത്തിൽ മുങ്ങുമ്പോഴും, ആത്മനിന്ദയിലേക്കും പരിദേവനത്തിലേക്കും അടി തെറ്റി വീഴുമ്പോഴും, സകലതും നോക്കിനടത്താൻ ഞാനൊരുത്തിയേ ഉണ്ടായിരുന്നുള്ളു.

മാൻഡേഴ്സ്: എന്നിട്ട് ഈ മനുഷ്യനു വേണ്ടിയാണ് നിങ്ങൾ സ്മാരകമുയർത്തുന്നത്.

മിസിസ് ആൽവിങ്: ഒരു മോശം മനഃസാക്ഷി അങ്ങനെയാണ് പ്രവർത്തിക്കുക.

മാൻഡേഴ്സ്: മോശം....? നിങ്ങൾ എന്താണർത്ഥമാക്കുന്നത്?

മിസിസ് ആൽവിങ്: അനിവാര്യമായും ഒരിക്കൽ സത്യം വെളിപ്പെടുമെന്നും അതു വിശ്വസിക്കപ്പെടുമെന്നും ഒരാധി എന്നെ പിടികൂടിയിരുന്നു. അതുകൊണ്ട് അപവാദങ്ങളെ കുഴിച്ചുമൂടാനും ആശങ്കകളെ ദൂരീകരിക്കാനും ഈ അനാഥാലയം കൊണ്ട് സാധിക്കുമെന്ന് കരുതി.

മാൻഡേഴ്സ്: അക്കാര്യത്തിൽ നിങ്ങൾ തോറ്റുപോയിട്ടില്ലെന്ന് ഞാൻ ഉറപ്പിച്ചു പറയട്ടെ, മിസിസ് ആൽവിങ്.

മിസിസ് ആൽവിങ്: മറ്റൊരു കാരണംകൂടി ഉണ്ടായിരുന്നു. എന്റെ മകൻ ഓസ്‌വോൾഡിന് അവന്റെ അപ്പന്റേതായ യാതൊന്നിലും അവകാശമുണ്ടായിരിക്കരുതെന്ന് ഞാൻ തീർച്ചപ്പെടുത്തിയിരുന്നു.

മാൻഡേഴ്സ്: അപ്പോൾ ആൽവിങ്ങിന്റെ പണമാണ് ഇതിനുവേണ്ടി...?

മിസിസ് ആൽവിങ്: അതെ, വർഷാവർഷം ഞാൻ ഈ അനാഥാലയത്തിനായി നീക്കിവെച്ച പണമെല്ലാം ചേർന്നാൽ - ആ കണക്ക് ഞാൻ ശ്രദ്ധയോടെ സൂക്ഷിച്ചുവെച്ചിട്ടുണ്ട്- അക്കാലത്ത് ലഫ്റ്റനന്റ് ആൽവിങ്ങിനെ ആരും കൊതിക്കുന്ന വരനാക്കി മാറ്റിയ ധനം മുഴുവനാകും.

മാൻഡേഴ്സ്: എനിക്ക് മനസ്സിലാകുന്നില്ല...

മിസിസ് ആൽവിങ്: അതായിരുന്നു എന്നെ വാങ്ങിയ വില... അതിൽനിന്ന് ഒറ്റ പൈസ പോലും ഓസ്‌വോൾഡിന് ചെല്ലരുത്. എന്റെ മകന് അവകാശപ്പെടാൻ എന്തെങ്കിലുമുണ്ടെങ്കിൽ അത് എന്റേതു മാത്രമായിരിക്കണം, അത്ര തന്നെ.

(ഓസ്‌വോൾഡ് ആൽവിങ് വലതുവശത്തെ രണ്ടാമത്തെ വാതിലിൽക്കൂടി പ്രവേശിക്കുന്നു; അയാൾ തന്റെ കോട്ടും തൊപ്പിയും പുറത്തു വെച്ചിരിക്കുന്നു.)

മിസിസ് ആൽവിങ്: (അയാളുടെ നേരെ നടന്നുകൊണ്ട്) വേഗം മടങ്ങിയല്ലോ, എന്റെ പൊന്നുമോനേ!

ഓസ്‌വോൾഡ്: അതെ, ഈ അന്തമില്ലാത്ത മഴയത്ത് പുറത്തെന്തു ചെയ്യാൻ കഴിയും നിങ്ങൾക്ക്? ങാ, ഭക്ഷണം തയ്യാറാണെന്നറിഞ്ഞു. ആഹാ, നന്നായി!

റെജീന: (ഒരു പാർസലുമായി ഊൺമുറിയിൽനിന്നും വരുന്നു.) നിങ്ങൾക്ക് ഒരു പാർസൽ വന്നിട്ടുണ്ട്, മിസിസ് ആൽവിങ്.

(അവൾ അത് അവർക്ക് കൈമാറുന്നു.)

മിസിസ് ആൽവിങ്: (പാസ്റ്റർ മാൻഡേഴ്സിനു നേരെ ഒന്നു കണ്ണെറിഞ്ഞുകൊണ്ട്) നാളേക്കുള്ള പ്രാർത്ഥനാഗാനമായിരിക്കുമെന്ന് തോന്നുന്നു.)

മാൻഡേഴ്സ്: ഹ്ഹം...

റെജീന: പിന്നെ, ഭക്ഷണം എടുത്തു വെച്ചിരിക്കുന്നു.

മിസിസ് ആൽവിങ് : നന്നായി. ഒരു നിമിഷം, ഞങ്ങളിതാ വരുന്നു. ഞാൻ ഇതൊന്ന് ...

(അവർ പാർസൽ തുറക്കാൻ തുടങ്ങുന്നു.)

റെജീന: (ഓസ്‌വോൾഡിനോട്) മിസ്റ്റർ ആൽവിങ്ങിനു വേണ്ടത് വെളുത്ത വൈനോ, അതോ ചുവന്നതോ?

ഓസ്‌വോൾഡ്: രണ്ടും, പ്ലീസ്, മിസ് എങ്സ്ട്രാന്റ്.

റെജീന: ശരി.... അങ്ങനെയാകട്ടെ, സർ.

(അവൾ ഊൺമുറിയിലേക്ക് പോകുന്നു.)

ഓസ്‌വോൾഡ്: അടപ്പൂരുന്നതിന് ഞാൻ സഹായിക്കാം, കേട്ടോ...

(അയാളും ഊൺമുറിയിലേക്ക് പോകുന്നു. അയാൾക്ക് പിന്നിൽ വാതിൽ ചാഞ്ചാടി പകുതി തുറന്നുകിടക്കുന്നു.)

മിസിസ് ആൽവിങ്: (പാർസൽ തുറന്നുകഴിഞ്ഞു.) അതെ, അതുതന്നെ, ഇതാ നോക്കൂ, പാസ്റ്റർ മാൻഡേഴ്സ്.

മാൻഡേഴ്സ്: (കൈകൾ പിണച്ച നിലയിൽ) നാളത്തെ ആ പ്രസംഗത്തിന് എനിക്കെങ്ങനെ മനസ്സു വരും...!

മിസിസ് ആൽവിങ്: ഓ, അതൊക്കെ അങ്ങ് എങ്ങനെയും ഒപ്പിച്ചോളും.

മാൻഡേഴ്സ്: (ഊൺമുറിയിൽ കേട്ടുകൂടാത്തവിധം താഴ്ന്ന സ്വരത്തിൽ) അതെ, തീർച്ചയായും നാം യാതൊരാക്ഷേപത്തിനും ഇട കൊടുത്തുകൂടാ.

മിസിസ് ആൽവിങ്: (ശാന്തമായും എന്നാൽ ദൃഢമായും) പാടില്ല. എങ്കിൽ അതോടെ ഈ നീണ്ട പ്രഹസനത്തിന്റെ തിരശ്ശീലയും വീഴും. നാളെ അവസാനിക്കുന്നതോടെ അങ്ങനെയൊരാൾ ഈ വീട്ടിൽ ഒരിക്കലും ജീവിച്ചിട്ടില്ലെന്നു കരുതാൻ എനിക്ക് കഴിയും. അതോടെ എന്റെ മകനും അവന്റെ അമ്മയുമല്ലാതെ മറ്റൊരാളും ഇവിടെയുണ്ടാവില്ല.

(ഊൺമുറിയിൽനിന്നും ഒരു കസേര മറിഞ്ഞുവീഴുന്നതിന്റെ ശബ്ദം; ഒപ്പം ഒരു സ്വരവും കേൾക്കുന്നു.)

റെജീനയുടെ സ്വരം: (നിശിതമായ മർമ്മരം) ഓസ്‌വോൾഡ് ! നിങ്ങൾക്ക് ഭ്രാന്തുണ്ടോ? എന്നെ വിടൂ, ഞാൻ പോകട്ടെ!

മിസിസ് ആൽവിങ്: (ഭീതികൊണ്ട് സ്തബ്ധയാകുന്നു.) ആഹ്...!

(അവർ പ്രക്ഷുബ്ധനേത്രയായി പാതി തുറന്നുകിടക്കുന്ന വാതിൽക്കലേക്ക് പകച്ച് നോക്കുന്നു. ഓസ്‌വോൾഡ് ചുമയ്ക്കുന്നതും പാട്ട് മൂളുന്നതും കേൾക്കാം. ഒരു കുപ്പിയുടെ കോർക്ക് തുറക്കപ്പെടുന്നു.)

മാൻഡേഴ്സ്: (അസ്വസ്ഥനായി) എന്താ, എന്തായിരുന്നു അത്, എന്തുണ്ടായി മിസിസ് ആൽവിങ്ങ്?

മിസിസ് ആൽവിങ്: (വിറയലോടെ) പ്രേതങ്ങൾ! തോട്ടപ്പുരയിലെ കമിതാക്കൾ... ഒഴിയാബാധയായി വീണ്ടും.

മാൻഡേഴ്സ്: നിങ്ങൾ എന്തു പറഞ്ഞു! റെജീന...? അവൾ...?

മിസിസ് ആൽവിങ്: അതെ. വരൂ. ഒരക്ഷരം മിണ്ടല്ലേ...!

(അവർ പാസ്റ്റർ മാൻഡേഴ്സിന്റെ കൈയിൽ മുറുകെ പിടിച്ചുകൊണ്ട് ഇടറിയ കാൽവെപ്പുകളോടെ ഊൺമുറിക്കു നേരെ നടക്കുന്നു.)

അങ്കം രണ്ട്

അതേ മുറി. അകലെ ഭൂഭാഗത്തിനുമേൽ ഇപ്പോഴും കനത്ത മൂടൽമഞ്ഞ്. പാസ്റ്റർ മാൻഡേഴ്സും മിസിസ് ആൽവിങ്ങും ഊൺമുറിയിൽ നിന്നും പുറത്തേക്ക് വരുന്നു.

മിസിസ് ആൽവിങ്: (ഇപ്പോഴും വാതിൽക്കൽ) പാസ്റ്റർ, ദയ കൊണ്ടാണ് അങ്ങ് അങ്ങനെ പറഞ്ഞത്. (ഊൺമുറിയിലേക്ക് നോക്കി വിളിക്കുന്നു.) ഓസ്വോൾഡ്, നീ വരുന്നില്ലേ?

ഓസ്വോൾഡ്: (അകത്ത്) ഇല്ല, നന്ദി. ഞാൻ പുറത്തിറങ്ങി ഇത്തിരി നടക്കാനാലോചിക്കുന്നു.

മിസിസ് ആൽവിങ്: ശരി, ആവട്ടെ. അന്തരീക്ഷം കുറച്ചുകൂടി തെളിഞ്ഞിട്ടുണ്ട്. (ഊൺമുറിയുടെ വാതിലടയ്ക്കുന്നു, ഹാൾവാതിൽക്കലോളം നടക്കുന്നു, വിളിക്കുന്നു) റെജീനാ!

റെജീന: (പുറത്ത്) എന്തോ?

മിസിസ് ആൽവിങ്: താഴേക്കു പോയി അലങ്കാരപ്പണിയിൽ ഒന്നു സഹായിക്കൂ.

റെജീന: ശരി, മാഡം.

(അവൾ പോവുകയാണെന്നുറപ്പു വരുത്തിയ ശേഷം മിസിസ് ആൽവിങ് വാതിലടയ്ക്കുന്നു.)

മാൻഡേഴ്സ്: അവിടെയിരുന്നുകൊണ്ട് അയാൾക്കൊന്നും കേൾക്കാൻ കഴിയില്ലെന്ന് കരുതാമല്ലോ?

മിസിസ് ആൽവിങ്: വാതിലടച്ച സ്ഥിതിക്ക് കേൾക്കില്ല. എന്തായാലും, അവൻ പുറത്തേക്കിറങ്ങുകയുമാണ്.

മാൻഡേഴ്സ്: ഞാനിപ്പോഴും തികഞ്ഞ അമ്പരപ്പിലാണ്. ആ വിശിഷ്ട വിഭവങ്ങൾ ഇത്തിരിയെങ്കിലും കഴിച്ചെന്നു വരുത്താനായതെങ്ങനെ, എനിക്കറിയില്ല കേട്ടോ.

മിസിസ് ആൽവിങ്: (തന്റെ വിക്ഷുബ്ധത നിയന്ത്രിച്ചുകൊണ്ട് അങ്ങുമിങ്ങും നടക്കുന്നു.) എനിക്കുമറിയില്ല. പക്ഷേ എന്താണ് ചെയ്യേണ്ടത്?

മാൻഡേഴ്സ്: അതെ, എന്താണ് ചെയ്യേണ്ടത്? എനിക്കത് അറിയാമെങ്കിൽ ഞാൻ ധന്യനായേനെ. ഇത്തരം വിഷയങ്ങളിൽ ഞാൻ തീർത്തും അനുഭവശൂന്യനാണ്.

മിസിസ്ആൽവിങ്: ആപൽക്കരമായതൊന്നും ഇതേവരെ സംഭവിച്ചിട്ടില്ലെന്നാണ് എന്റെ ഉറച്ച വിശ്വാസം.

മാൻഡേഴ്സ്: ഇല്ല, ദൈവം തുണക്കട്ടെ. പക്ഷേ, എന്തൊക്കെയായാലും, അങ്ങേയറ്റം നിർഭാഗ്യകരമായ സ്ഥിതിയിലാണ് കാര്യങ്ങളുടെ കിടപ്പ്.

മിസിസ് ആൽവിങ്: ആകപ്പാടെ നോക്കിയാൽ ഇത് ഓസ്‌വോൾഡിന്റെയൊരു ക്ഷണിക ചാപല്യമാണ്, അങ്ങയ്ക്ക് തീർച്ചയാക്കാം.

മാൻഡേഴ്സ്: ആകട്ടെ, ഞാൻ പറഞ്ഞല്ലൊ, ഇത്തരം സംഗതികളിൽ ഞാനൊട്ടും വിദഗ്ധനല്ല. എങ്കിലും എനിക്ക് ഇതങ്ങനെ അവഗണിക്കാൻ...

മിസിസ് ആൽവിങ്: നിശ്ചയമായും അവളെ നാം ഈ വീട്ടിൽനിന്നും പറഞ്ഞുവിടണം. എത്രയും പെട്ടെന്ന്. അത് വളരെ വ്യക്തമാണ്...

മാൻഡേഴ്സ്: സ്വാഭാവികമായും.

മിസിസ് ആൽവിങ്: പക്ഷേ എങ്ങോട്ട്? നമ്മൾ അതുമാലോചിക്കണം...

മാൻഡേഴ്സ്: എങ്ങോട്ടെന്നോ? അവളുടെ അപ്പന്റെ വീട്ടിലേക്ക്, തീർച്ച തന്നെ.

മിസിസ് ആൽവിങ്: ആരുടെ വീട്ടിലേക്കെന്നാണ് അങ്ങു പറഞ്ഞത്?

മാൻഡേഴ്സ്: അവളുടെ... ഹോ, പക്ഷേ തീർച്ചയായും എങ്സ്ട്രാന്റല്ലെന്ന്... ദൈവമേ, മിസിസ് ആൽവിങ്, ഇതങ്ങനെ സംഭവിക്കണമെന്നുണ്ടോ? നിങ്ങൾക്ക് തെറ്റുപറ്റിയിട്ടില്ല എന്നുറപ്പാണോ?

മിസിസ് ആൽവിങ്: ഖേദിക്കുന്നു, എനിക്കൊരു തെറ്റും പറ്റിയിട്ടില്ല. നടന്നതെല്ലാം എന്നോട് ഏറ്റുപറയേണ്ടിവന്നിരുന്നു, ജോവന്നയ്ക്ക്. ആൽവിങ്ങിന് അതൊന്നും നിഷേധിക്കാനുമായില്ല. സംഗതി ഒതുക്കിത്തീർക്കുകയല്ലാതെ മറ്റൊന്നും ഞങ്ങൾക്ക് ചെയ്യാനുണ്ടായിരുന്നില്ല.

മാൻഡേഴ്സ്: എനിക്ക് തോന്നുന്നതും വേറെ പോംവഴിയില്ലെന്നാണ്.

മിസിസ് ആൽവിങ് : ആ പെണ്ണ് ഉടനെ സ്ഥലം വിട്ടു. അവളുടെ വായടക്കാനായി നല്ലൊരു സംഖ്യയും അവൾക്ക് കൊടുത്തിരുന്നു. പിന്നീടുണ്ടായതെല്ലാം പട്ടണത്തിലെത്തിയ ശേഷം അവൾ തന്നത്താൻ ഉണ്ടാക്കിയതാണ്. എങ്സ്ട്രാന്റുമായി അവൾക്കുണ്ടായിരുന്ന പഴയ ലോഹ്യം പുതുക്കുകയും തന്റെ കൈവശം കുറേ പണമുണ്ടെന്ന് സൂചിപ്പിക്കുകയും, പിന്നെ ആ വേനൽക്കാലത്ത് ഒരുല്ലാസക്കപ്പലുമായി അവിടെ വന്നു എന്നു കരുതപ്പെടുന്ന ഏതോ വിദേശിയെക്കുറിച്ച് ഒരു കഥയുണ്ടാക്കി അയാളെ വിശ്വസിപ്പിക്കുകയും ചെയ്തു. അങ്ങനെ വലിയ തിടുക്കത്തിൽ അവളും എങ്സ്ട്രാന്റും തമ്മിലുള്ള കല്യാണവും കഴിച്ചുകൂട്ടി. അല്ല, അങ്ങുതന്നെയാണല്ലൊ അവരുടെ കല്യാണം നടത്തിക്കൊടുത്തതും.

മാൻഡേഴ്സ്: പക്ഷേ ഞാൻ എന്തറിയാനാണ്... ? വിവാഹം സംബന്ധിച്ച ഏർപ്പാടുകൾക്കായി എങ്സ്ട്രാന്റ് വന്നത് ഞാൻ വ്യക്തമായോർക്കുന്നു. അയാൾ തികഞ്ഞ ദൈന്യതയിലായിരുന്നു, അയാൾക്കും ആ പെൺകുട്ടിക്കും പിണഞ്ഞ അബദ്ധത്തിന്റെ പേരിൽ പശ്ചാത്താപവിവശനുമായിരുന്നു.

മിസിസ് ആൽവിങ്: തീർച്ചയായും, കുറ്റം അയാൾതന്നെ ഏറ്റല്ലേ പറ്റൂ.

മാൻഡേഴ്സ്: പക്ഷേ ആ മനുഷ്യന്റെയൊരു വഞ്ചന! അതും ഈ എന്നോട്! സത്യമായും ജേക്കബ് എങ്സ്ട്രാന്റ് ഇതു ചെയ്യുമെന്ന് ഒരുകാലത്തും ഞാൻ വിശ്വസിക്കുമായിരുന്നില്ല. വരട്ടെ, അതിനെക്കുറിച്ച് ഞാൻ ചോദിക്കുന്നുണ്ടയാളോട് ചിലതൊക്കെ, അതുകൊണ്ടയാൾ

കരുതിയിരിക്കട്ടെ... എന്തൊരു അസാന്മാർഗ്ഗികബന്ധം! എല്ലാം പണത്തിനു വേണ്ടിയും....! ആ പെണ്ണിന്റെ കൈവശം പണമെത്ര യുണ്ടായിരുന്നു?

മിസിസ് ആൽവിങ്: മൂന്നുറു ഡോളർ.

മാൻഡേഴ്സ്: ഒന്നു സങ്കല്പിച്ചുനോക്കൂ, നികൃഷ്ടമായ മുന്നൂറു ഡോളറിനുവേണ്ടി പിഴച്ചുപോയൊരു പെണ്ണിനെ വിവാഹം കഴിക്കാൻ മുതിരുക!

മിസിസ് ആൽവിങ്: അപ്പോൾ, എന്നെക്കുറിച്ചെന്തു പറയുന്നു, പിഴച്ചുപോയൊരു പുരുഷൻ എന്നെ വിവാഹം കഴിക്കുന്നതിന്ന് ഞാൻ സമ്മതിച്ചതിനെപ്പറ്റി?

മാൻഡേഴ്സ്: പക്ഷേ... എന്റെ ദൈവമേ! നിങ്ങൾ ആരെക്കുറിച്ചാണ് പറഞ്ഞത്? പിഴച്ചുപോയ പുരുഷനോ!

മിസിസ് ആൽവിങ്: എങ്സ്ട്രാന്റ് ജോവന്നയെ വിവാഹം കഴിക്കുമ്പോൾ അവൾക്കുണ്ടായിരുന്ന പരിശുദ്ധിയേക്കാൾ കൂടുതലായിരുന്നു എന്റെ കൂടെ അൾത്താരയിലേക്കു വന്ന ആൽവിങ്ങിന്റെ പരിശുദ്ധിയെന്ന് അങ്ങ് സങ്കല്പിക്കുന്നുണ്ടോ?

മാൻഡേഴ്സ്: പക്ഷേ ഇവ രണ്ടും രണ്ടാണ്, അമ്പേ വ്യത്യസ്തമായ...

മിസിസ് ആൽവിങ്: വാസ്തവത്തിൽ, അത്രയേറെ വ്യത്യാസമൊന്നുമില്ല. തീർച്ചയായും വിലയുടെ കാര്യത്തിൽ വൻ വ്യത്യാസമുണ്ടായിരുന്നു എന്ന് സമ്മതിക്കാം... നികൃഷ്ടമായ മുന്നൂറു ഡോളറും ഒരു വമ്പിച്ച സ്വത്തും തമ്മിലുള്ള വ്യത്യാസം.

മാൻഡേഴ്സ്: പക്ഷേ തീർത്തും ഭിന്നമായ ഈ രണ്ടു സംഗതികളെ എങ്ങനെ നിങ്ങൾക്ക് താരതമ്യം ചെയ്യാനാവും? നിങ്ങൾ നിങ്ങളുടെ സ്വന്തം ഹൃദയവുമായി കൂടിയാലോചന നടത്തിയിരുന്നു, നിങ്ങളുടെ കുടുംബക്കാരുമായും.

മിസിസ് ആൽവിങ്: (അദ്ദേഹത്തെ നോക്കാതെ) ആ സമയത്ത് എന്റെ ഹൃദയം എങ്ങോട്ടോ കാടു കയറിപ്പോയെന്ന് അങ്ങ് തിരിച്ചറിഞ്ഞിരുന്നു എന്നാണ് ഞാൻ കരുതിയത്, അങ്ങ് വിശേഷിപ്പിച്ചതുപോലെ അത് വഴിപിഴച്ചുപോയിരുന്നു എന്ന്.

മാൻഡേഴ്സ്: (ഉദാസീനമായി) അങ്ങനെ വല്ലതും ഞാൻ തിരിച്ചറിഞ്ഞിരുന്നെങ്കിൽ, നിങ്ങളുടെ ഭർത്താവിന്റെ വീട്ടിൽ ഞാനൊരു നിത്യസന്ദർശകനാവുകയില്ലായിരുന്നു.

മിസിസ് ആൽവിങ്: ആകട്ടെ, എന്തായാലും ആ വസ്തുത അതുപോലെ നിൽക്കുന്നു, ഞാൻ സ്വന്തമായിട്ടൊരു തീരുമാനവുമെടുത്തില്ല.

മാൻഡേഴ്സ്: ശരി, എങ്കിലും നിങ്ങളുടെ ഏറ്റവുമടുത്ത ബന്ധുക്കളുമായി നിങ്ങൾ കൂടിയാലോചിച്ചിരുന്നു, സ്വന്തം കടമയെന്ന നിലയിൽ. നിങ്ങളുടെ അമ്മയോട്, രണ്ട് അമ്മായിമാരോടും.

മിസിസ് ആൽവിങ്: അതെ, അത് ശരിയായിരുന്നു. അവർ മൂവരും ചേർന്ന് എനിക്കുവേണ്ടി എല്ലാം നിശ്ചയിച്ചു. ഇത്തരമൊരു ബന്ധം വേണ്ടെന്നു വെക്കുന്നത് എന്തൊരു മുഴുഭ്രാന്താണെന്ന് വാദിച്ചുകൊണ്ട് അവർ എത്ര ഭംഗിയായി അതെല്ലാം നിർവ്വഹിച്ചു എന്നോർക്കുമ്പോൾ ഞാൻ അമ്പരന്നുപോകുന്നു. ഇന്നിപ്പോൾ ആ

പരിവേഷത്തിനാകെ എന്തു സംഭവിച്ചുവെന്ന കണ്ടറിയാൻ എന്റെ അമ്മയുണ്ടായിരുന്നെങ്കിൽ...

മാൻഡേഴ്സ്: സ്ഥിതിഗതികൾ ഇങ്ങനെ മാറിമറിഞ്ഞതിന്ന് ആരും ഉത്തരവാദിയല്ല. എന്തൊക്കെയായാലും ഒന്നു വ്യക്തം: നിങ്ങളുടെ വിവാഹം നിശ്ചയിക്കപ്പെട്ടത് കർശനമായ കീഴ്വഴക്കങ്ങളനുസരിച്ചാണ്.

മിസിസ് ആൽവിങ്: ഹോ, ഈ കീഴ്വഴക്കങ്ങൾ! എനിക്ക് പലപ്പോഴും തോന്നിയിട്ടുണ്ട് ഈ ലോകത്തിലെ സകല പ്രശ്നങ്ങൾക്കും മൂലകാരണം അതാണെന്ന്.

മാൻഡേഴ്സ്: മിസിസ് ആൽവിങ്, അങ്ങനെ പറയുന്നത് ഒട്ടും ശരിയല്ല.

മിസിസ് ആൽവിങ് : ആകട്ടെ, ഒരുപക്ഷേ അങ്ങനെയായിരിക്കാം. പക്ഷേ ഏറെക്കാലം ഇതൊന്നും ഞാൻ സഹിക്കാൻ പോകുന്നില്ല, ഈ കെട്ടുപാടുകളും നിയന്ത്രണങ്ങളുമെല്ലാം. എനിക്കിത് താങ്ങാനാവില്ല! എനിക്ക് എന്റെ സ്വാതന്ത്ര്യത്തിനുവേണ്ടി പോരാടിയേ പറ്റൂ.

മാൻഡേഴ്സ്: എന്നു വെച്ചാൽ, നിങ്ങളെന്താണുദ്ദേശിക്കുന്നത്?

മിസിസ് ആൽവിങ്: (ജാലകച്ചട്ടത്തിന്മേൽ താളം കൊട്ടിക്കൊണ്ട്.) ഒരിക്കലും അത് ഞാൻ മൂടിവെക്കരുതായിരുന്നു, ആൽവിങ് നയിച്ച അത്തരമൊരു ജീവിതം. പക്ഷേ ആ സമയത്ത് മറ്റൊന്നും ചെയ്യാൻ ഞാൻ ധൈര്യപ്പെട്ടില്ല... ഒരു പരിധിവരെ അത് എനിക്കുവേണ്ടി ത്തന്നെ ആയിരുന്നെങ്കിലും. എന്തൊരു ഭീരുവായിരുന്നു ഞാൻ!

മാൻഡേഴ്സ്: ഭീരുവോ?

മിസിസ് ആൽവിങ്: ആളുകൾ അതിനെക്കുറിച്ചറിയാൻ ഇടവന്നിരുന്നെങ്കിൽ ഒരുപക്ഷേ അവർ പറഞ്ഞേനെ, 'പാവം മനുഷ്യൻ, അയാൾക്കിത്തിരി നിയന്ത്രണം വിട്ടുപോയതിൽ അത്ഭുതപ്പെടാനില്ല, അയാളെ വിട്ട് ഓടിപ്പോയൊരു ഭാര്യയെയാണല്ലോ അയാൾ വെച്ചുപൊറുപ്പിക്കുന്നത്.'

മാൻഡേഴ്സ്: അങ്ങനെ പറയുന്നതിന് ചില ന്യായീകരണങ്ങളുമുണ്ടായിരിക്കാം.

മിസിസ് ആൽവിങ്: (അദ്ദേഹത്തിന്റെ മുഖത്തേക്ക് കടുപ്പിച്ചു നോക്കിക്കൊണ്ട്) അവശ്യംവേണ്ട തന്റേടം എനിക്കുണ്ടായിരുന്നെങ്കിൽ ഓസ്വോൾഡിനെ വിശ്വാസത്തിലെടുത്തുകൊണ്ട് ഞാൻ ഇങ്ങനെ പറയുമായിരുന്നു: 'നോക്കൂ എന്റെ കുഞ്ഞേ, നിന്റെ അപ്പൻ ഒരു മുഴുത്ത ദുർവൃത്തനായിരുന്നു...'

മാൻഡേഴ്സ്: ദൈവം പൊറുക്കട്ടെ!

മിസിസ് ആൽവിങ്: ......എന്നിട്ട് ഞാൻ എല്ലാം അവനോട് പറയുമായിരുന്നു, അങ്ങയോട് പറഞ്ഞതെല്ലാം... ഒന്നൊഴിയാതെ.

മാൻഡേഴ്സ്: നിങ്ങളെന്നെ ശരിക്കും ഞെട്ടിച്ചുകളയുന്നു, മിസിസ് ആൽവിങ്.

മിസിസ് ആൽവിങ്: ഓ, എനിക്കറിയാം! എനിക്കറിയാം! എനിക്കുതന്നെ ഞെട്ടലുണ്ടാക്കുന്ന കാര്യമാണത്. (ജനാലയ്ക്കൽനിന്നും മാറിപ്പോകുന്നു.) എന്തൊരു ഭീരുവാണ് ഞാൻ!

മാൻഡേഴ്സ്: അതിനെ നിങ്ങൾ ഭീരുത്വമെന്നാണോ വിശേഷിപ്പിക്കുന്നത്, വ്യക്തമായും നിങ്ങളുടെ കർത്തവ്യത്തെ? ഒരു കുട്ടി അതിന്റെ അപ്പനേയും അമ്മയേയും സ്നേഹിക്കുകയും ആദരിക്കുകയും ചെയ്യേണ്ടതാണെന്ന് നിങ്ങൾ മറന്നുപോയോ?

മിസിസ് ആൽവിങ്: നമ്മൾ സാമാന്യവൽക്കരിക്കാതിരിക്കുക. ചോദ്യം ഇതാണ്: ക്യാപ്റ്റൻ ആൽവിങ്ങിനെ ഓസ്‌വോൾഡ് സ്നേഹിക്കുകയും ആദരിക്കുകയും ചെയ്യേണ്ടതുണ്ടോ?

മാൻഡേഴ്സ്: നിങ്ങളുടെ മകന്റെ ആദർശങ്ങളെ തകർത്തുകളയാതിരിക്കാൻ നിങ്ങളുടെ മാതൃഹൃദയം നിങ്ങളെ പ്രേരിപ്പിക്കുന്നില്ലേ?

മിസിസ് ആൽവിങ്: പക്ഷേ സത്യാവസ്ഥ എന്താണ്?

മാൻഡേഴ്സ്: ആദർശങ്ങളുടെ സ്ഥിതിയോ?

മിസിസ് ആൽവിങ്: ഓ, ആദർശങ്ങൾ! ആദർശങ്ങൾ! ഞാൻ അങ്ങനെയൊരു ഭീരുവല്ലായിരുന്നെങ്കിൽ!

മാൻഡേഴ്സ്: ആദർശങ്ങളെ നിന്ദിക്കാതിരിക്കു, മിസിസ് ആൽവിങ്... അത് ക്രൂരമായൊരു പകവീട്ടലിന്നിടവരുത്തും. പ്രത്യേകിച്ചും ഓസ്‌വോൾഡിന്റെ കാര്യത്തിൽ. നിർഭാഗ്യവശാൽ ഓസ്‌വോൾഡിന് അത്ര വലിയ ആദർശങ്ങളൊന്നുമില്ലെങ്കിലും. എങ്കിലും എനിക്ക് മനസ്സിലാക്കാൻ കഴിയുന്നേടത്തോളം അയാളുടെ അപ്പൻ അയാൾക്കൊരുതരം മാതൃകാപുരുഷന്റെ പ്രതീകം തന്നെയാണ്.

മിസിസ് ആൽവിങ്: അതെ, അങ്ങ് പറയുന്നത് വാസ്തവമാണ്.

മാൻഡേഴ്സ്: നിങ്ങൾ തന്നെയാണ് ആ സങ്കല്പങ്ങൾ അയാൾക്കു നൽകിയത്. നിങ്ങളുടെ കത്തുകൾ അവയെ ഊട്ടിയുറപ്പിക്കുകയും ചെയ്തു.

മിസിസ് ആൽവിങ്: അതെ, ശിഷ്ടാചാരം പാലിച്ചുകൊണ്ട്, ഞാൻ എന്റെ കടമ നിർവ്വഹിക്കുകയായിരുന്നു. അതുകൊണ്ടാണ് ഞാൻ എന്റെ മകനോട് കള്ളം പറഞ്ഞത്, തുടരെത്തുടരെ, വർഷങ്ങളോളം. ഹോ... എന്തൊരു ഭീരു! എന്തൊരു ഭീരുവായിരുന്നു ഞാൻ!

മാൻഡേഴ്സ്: മിസിസ് ആൽവിങ്, നിങ്ങൾ നിങ്ങളുടെ മകന്റെ മനസ്സിൽ മനോഹരമായൊരു പ്രതിഛായ കെട്ടിപ്പൊക്കുകയായിരുന്നു... അതെ, സത്യമായും, ഇനി നിങ്ങൾ വില കുറച്ച് കണ്ടുകൂടാത്ത ഒന്ന്.

മിസിസ് ആൽവിങ്: ഹും! എങ്കിൽപ്പോലും ആർക്കറിയാം അതു വല്ല നന്മയും ഉണ്ടാക്കുമോയെന്ന്... പക്ഷേ റെജീനയുമായുള്ള യാതൊരു കളി തമാശയ്ക്കും ഞാൻ കൂട്ടുനിൽക്കുകയില്ല. ആ പെണ്ണിന്റെ ജീവിതം താറുമാറാക്കാൻ അവനെ അനുവദിച്ചുകൂടാ.

മാൻഡേഴ്സ്: എന്റെ ദൈവമേ, പാടില്ല. അത് ഭയാനകമായിരിക്കും!

മിസിസ് ആൽവിങ്: അവൻ അത് ഗൗരവത്തിലെടുത്തിട്ടുണ്ടെന്ന് എനിക്ക് തോന്നിയിരുന്നുവെങ്കിൽ, അവനെ അത് സന്തുഷ്ടനാക്കുമായിരുന്നുവെങ്കിൽ...

മാൻഡേഴ്സ്: ആകട്ടെ, എങ്കിലെന്താ?

മിസിസ് ആൽവിങ്: പക്ഷേ അങ്ങനെയുണ്ടാവില്ല. റെജീന ആ പ്രകൃതമാണെന്ന് ഞാൻ കരുതുന്നില്ല.

മാൻഡേഴ്സ്: അതുകൊണ്ടെന്താ? നിങ്ങൾ എന്താണുദ്ദേശിക്കുന്നത്?

മിസിസ് ആൽവിങ്ങ്: ഞാനിങ്ങനെ പാവംപിടിച്ചൊരു ഭീരുവല്ലായിരുന്നെങ്കിൽ, ഞാൻ അവനോട് പറയുമായിരുന്നു: നീ അവളെ വിവാഹം ചെയ്യുക, അല്ലെങ്കിൽ നിങ്ങൾ തമ്മിൽ മറ്റു വല്ല ധാരണയിലും എത്തിച്ചേരുക. പക്ഷേ അതിൽ യാതൊരു വിധ ഒളിച്ചുകളിയും പാടില്ലെന്നു മാത്രം.

മാൻഡേഴ്സ്: കരുണാമയനായ ദൈവമേ! നിയമാനുസൃത വിവാഹംപോലും! ഭീകരമായതിലേക്കും ഭീകരമായ... കേട്ടുകേൾവിയില്ലാത്ത...!

മിസിസ് ആൽവിങ്ങ് : കേട്ടുകേൾവിയില്ലാത്ത, എന്നാണോ പറയുന്നത്? നെഞ്ചത്തു കൈ വെക്കണം, പാസ്റ്റർ മാൻഡേഴ്സ്, എന്നിട്ടു പറയണം, ഇതുപോലെ ഇത്ര്യുയ്ക്കടുത്ത ബന്ധമുള്ള ഒട്ടേറെ ദമ്പതികൾ ഈ നാട്ടിലെമ്പാടുമില്ലെന്ന്.

മാൻഡേഴ്സ്: നിങ്ങൾ പറയുന്നത് എനിക്കൊട്ടും മനസ്സിലാകുന്നില്ല.

മിസിസ് ആൽവിങ്ങ്: ഓ, ഉണ്ട്, അങ്ങയ്ക്ക് മനസ്സിലാകുന്നുണ്ട്.

മാൻഡേഴ്സ്: എനിക്കു തോന്നുന്നത് യാദൃച്ഛികമായി സംഭവിച്ചേക്കാവുന്നതിനെക്കുറിച്ചാണ് നിങ്ങൾ ചിന്തിക്കുന്നത് എന്നാണ്... ശരിയാണ്, വാസ്തവത്തിൽ കുടുംബജീവിതം അവശ്യം വേണ്ട പരിശുദ്ധി എല്ലായ്പോഴും കാത്തുസൂക്ഷിക്കുന്നില്ല എന്ന് ഖേദപൂർവ്വം ഞാൻ സമ്മതിക്കുന്നു. പക്ഷേ നിങ്ങൾ സൂചിപ്പിക്കുന്ന തരം വല്ലതും, സത്യമായും ഒരാൾക്കും പറയാൻ കഴിയില്ല... ചുരുങ്ങിയ പക്ഷം, അത്ര തീർച്ച പറയാൻ സാദ്ധ്യമേയല്ല. നേരെ മറിച്ച്, ഇവിടെയോ....! ഒരമ്മയെന്ന നിലയിൽ എങ്ങനെ നിങ്ങൾക്ക് അനുവദിക്കാനാവും, സ്വമനസ്സാലെ സ്വന്തം...!

മിസിസ് ആൽവിങ്ങ്: അതിന് ഞാൻ അനുവദിക്കുന്നതേയില്ലല്ലൊ. ഒന്നുകൊണ്ടും അതു ഞാൻ ആഗ്രഹിക്കുന്നുമില്ല. ഞാൻ പറഞ്ഞുവരുന്നതിന്റെ ചുരുക്കം അതാണ്.

മാൻഡേഴ്സ്: അല്ല, നിങ്ങളൊരു ഭീരുവായതുകൊണ്ടാണ്, എന്നാണ് നിങ്ങൾ പറഞ്ഞത്. എന്നാൽ നിങ്ങളൊരു ഭീരുവല്ലെന്നു കരുതുക...! ദൈവമേ, എന്തൊരു നടുക്കുന്ന ബന്ധം!

മിസിസ് ആൽവിങ്ങ്: ആവട്ടെ, അക്കാര്യം പരിഗണിച്ചാൽ നമ്മളെല്ലാം അത്തരം ബന്ധങ്ങളിൽനിന്നുണ്ടായ അനന്തര തലമുറകളാണ് എന്നല്ലേ പറയപ്പെടുന്നത്. പിന്നെ ഇവിടെ ഈ വ്യവസ്ഥകളൊക്കെ ഏർപ്പെടുത്തിയത് ആരായിരുന്നു, പാസ്റ്റർ മാൻഡേഴ്സ്?

മാൻഡേഴ്സ്: മിസിസ് ആൽവിങ്ങ്, ഇത്തരം ചോദ്യങ്ങളെക്കുറിച്ച് നിങ്ങളുമായി തർക്കിക്കാൻ ഞാനുദ്ദേശിക്കുന്നില്ല. ധാർമ്മികബോധത്തിൽ നിന്നും എത്രയോ അകലെയാണ് നിങ്ങൾ. എന്നിട്ട് അതിനെ നിങ്ങൾ ഭീരുത്വമെന്നു വിശേഷിപ്പിക്കാൻ ധൈര്യപ്പെടുന്നു...!

മിസിസ് ആൽവിങ്ങ്: ഞാൻ വിവക്ഷിക്കുന്നതെന്താണെന്ന് അങ്ങയോടു പറയാം. ഞാൻ ഇത്ര ഭീരുവും ഭയചകിതയുമായിരിക്കുന്നതിന്റെ കാരണം എന്താണെന്നു വെച്ചാൽ, എന്നെ വേട്ടയാടുന്ന

പ്രേതങ്ങളിൽനിന്നും ശരിയാംവണ്ണം മോചനം നേടാൻ ഒരിക്കലും എനിക്ക് കഴിയുന്നില്ല.

മാൻഡേഴ്സ്: നിങ്ങൾ എന്താണവയെ വിളിച്ചത്?

മിസിസ് ആൽവിങ്: പ്രേതങ്ങൾ. അതിനുള്ളിൽവെച്ച് റെജീനയേയും ഓസ്‌വോൾഡിനേയും കേട്ടപ്പോൾ, അത് ശരിക്കും പ്രേതദർശനം പോലെയായിരുന്നു. അപ്പോഴാണ് ഞാൻ ചിന്തിച്ചുപോയത് നമ്മ ളെല്ലാം പ്രേതാത്മാക്കളാണെന്ന്, നമ്മളിൽ ഓരോരുത്തരും. നമുക്ക് നമ്മുടെ മാതാപിതാക്കളിൽനിന്നും ജന്മനാ കിട്ടുന്നതു മാത്രമല്ല നമ്മിൽ ഒഴിയാബാധയായിരിക്കുന്നത്. എല്ലാത്തരം മൃതിയടഞ്ഞ സിദ്ധാന്തങ്ങളും, എല്ലാത്തരം കാലഹരണപ്പെട്ട വിശ്വാസങ്ങളും, അതുപോലെ അസംഗതമായ സംഗതികളും പ്രേതങ്ങളായി നമ്മെ ആവേശിക്കുന്നു. വാസ്തവത്തിൽ അവ നമ്മിൽത്തന്നെ തുടർച്ചയായി ജീവിക്കുന്നു എന്നല്ല, സാന്ദർഭികമായി അവ നമ്മിലേക്ക് ചേക്കേ റുകയാണ്, അവയിൽനിന്ന് നമുക്ക് മോചനവുമില്ല. ഞാൻ ഒരു വർത്തമാനപ്പത്രം കൈയിലെടുക്കുകയേ വേണ്ടൂ, അപ്പോൾ കാണാം വരികൾക്കിടയിലൂടെ പ്രേതങ്ങൾ തെന്നിനീങ്ങുന്നതുപോലെ. ലോകത്തെമ്പാടും പ്രേതങ്ങളായിരിക്കണം, കടൽത്തീരത്തെ മണൽത്തരികൾ പോലെ അസംഖ്യം. എന്നിട്ട് നമ്മളിതാ, നമ്മ ളെല്ലാം, ഉൽക്കടമായി ഭയപ്പെട്ടു നിൽക്കുന്നു, വെളിച്ചത്തെ.

മാൻഡേഴ്സ്: ആഹാ! അപ്പോൾ ഇതൊക്കെയാണ് നിങ്ങളുടെ വായനയുടെ ഫലങ്ങൾ. മികച്ച വിളവു തന്നെ. ഞാൻ സമ്മതിക്കുന്നു. ഹോ, ഈ അറപ്പിക്കുന്ന സ്വതന്ത്രചിന്താ പ്രചരണങ്ങൾ! സാമൂഹ്യദ്രോഹം!

മിസിസ് ആൽവിങ്: എന്റെ പ്രിയപ്പെട്ട പാസ്റ്റർ, അങ്ങയ്ക്കു തെറ്റിപ്പോയി. അങ്ങ് ഒരാളാണ് ഇത്തിരിയെങ്കിലും ചിന്തിക്കാൻ എന്നെ ശക്തിയായി പ്രേരിപ്പിച്ചത്. അതിന്റെ പേരിൽ എക്കാലവും ഞാൻ അങ്ങയോട് കൃതജ്ഞതയുള്ളവളായിരിക്കും.

മാൻഡേഴ്സ്: ഞാനോ!

മിസിസ് ആൽവിങ്: അതെ, എന്റെ കർത്തവ്യമെന്നും ഉത്തരവാദിത്വമെന്നും അങ്ങ് വിശേഷിപ്പിച്ചതിന് കീഴ്പ്പെടാൻ അങ്ങ് എന്നെ നിർബന്ധി ച്ചപ്പോൾ. നികൃഷ്ടമായ എന്തിനേയുമെന്നപോലെ ഞാൻ പൂർണ്ണമന സ്സോടെ എതിർത്തതിനെ ന്യായമെന്നും ഉത്തമമെന്നും അങ്ങ് പ്ര കീർത്തിച്ചപ്പോൾ. അപ്പോഴാണ് ഞാൻ അങ്ങയുടെ ഉദ്ബോധനങ്ങ ളുടെ സാധുത പരിശോധിക്കാൻ തുടങ്ങിയത്. കുരുക്കുകളിലൊന്ന് ഞാൻ അഴിക്കാൻ തുടങ്ങേണ്ട താമസം, അത് അപ്പാടെ അഴിഞ്ഞ് നാനാവിധമായി. അപ്പോഴാണ് എനിക്കു ബോദ്ധ്യപ്പെട്ടത്, അത് വെറുമൊരു ജാലവിദ്യ മാത്രമായിരുന്നു എന്ന്.

മാൻഡേഴ്സ്: (പതുക്കെ, ഹൃദയസ്പൃക്കായി) അപ്പോൾ ഇതായിരുന്നോ എന്റെ ജീവിതത്തിലെ കഠിന സമരം കൊണ്ട് ഞാൻ നേടിയത്?

മിസിസ് ആൽവിങ്: അതിനെ അങ്ങയുടെ ജീവിതത്തിലെ പരമ ദയനീയ പരാജയം എന്നു വിളിക്കുക.

മാൻഡേഴ്സ്: അത് എന്റെ ജീവിതത്തിലെ അതിമഹത്തായ വിജയമായിരുന്നു, ഹെലൻ; എനിക്ക് എന്റെ മേൽത്തന്നെയുണ്ടായ വിജയം.

മിസിസ് ആൽവിങ്: അത് നമുക്കിരുവർക്കുമെതിരായ ഒരു കുറ്റകൃത്യമായിരുന്നു.

മാൻഡേഴ്സ്: അതെങ്ങനെ കുറ്റകൃത്യമാവും? നിങ്ങൾ എന്റെ അടുക്കലേക്ക വന്ന് അലറി, 'ഇതാ ഞാൻ! എന്നെ സ്വീകരിക്കൂ!' അപ്പോൾ: 'സ്ത്രീയേ, നീ നിന്റെ നിയമാനസൃത ഭർത്താവിങ്കലേക്ക് മടങ്ങിപ്പോവുക' എന്ന ഞാൻ പറഞ്ഞതോ? അതൊരു കുറ്റകൃത്യമായിരുന്നോ?

മിസിസ് ആൽവിങ്: അതെ, എന്ന ഞാൻ കരുതുന്നു.

മാൻഡേഴ്സ്: നമുക്കിരുവർക്കും പരസ്പരം മനസ്സിലാവുന്നില്ല.

മിസിസ് ആൽവിങ്: കുറഞ്ഞ പക്ഷം, ഇനിയൊട്ടുമില്ല.

മാൻഡേഴ്സ്: ഒരിക്കലെങ്കിലും... എന്റെ അങ്ങേയറ്റത്തെ സ്വകാര്യമായ ചിന്തകളിൽപ്പോലും മറ്റൊരു പുരുഷന്റെ ഭാര്യയായിട്ടല്ലാതെ യാതൊരുവിധത്തിലും നിങ്ങളെ ഞാൻ പരിഗണിച്ചിട്ടില്ല.

മിസിസ് ആൽവിങ്: നേരോ?

മാൻഡേഴ്സ്: ഹെലൻ...

മിസിസ് ആൽവിങ്: സ്വന്തം ഭൂതകാലം മറക്കാൻ എത്രയെളുപ്പം.

മാൻഡേഴ്സ്: എനിക്കല്ല. ഞാനിന്നും ആ പഴയ ഞാൻ തന്നെ.

മിസിസ് ആൽവിങ്: ശരി, ശരി, ശരി, ആ പഴയ നാളുകളെപ്പറ്റി ഇനി നാം സംസാരിക്കേണ്ടതില്ല. അങ്ങിപ്പോൾ കമ്മിറ്റിത്തിരക്കുകളിലും മറ്റുത്തരവാദിത്വങ്ങളിലും ആണ്ടു മുങ്ങിയിരിക്കുകയാണ്; ഞാനാണെങ്കിൽ ഇവിടെ അകത്തും പുറത്തുമുള്ള പ്രേതങ്ങളുമായി യുദ്ധത്തിലേർപ്പെട്ടും കഴിയുന്നു.

മാൻഡേഴ്സ്: ആ പുറത്തുള്ളവയെ നിർവീര്യമാക്കുന്നതിന് എന്നാൽ കഴിയുന്ന സഹായം ഞാൻ ചെയ്യാം. അതേ സമയം ഇന്ന ഞാൻ നിങ്ങളിൽനിന്നും കേട്ട ഭയാനകമായ വസ്തുതകൾ വെച്ച് അശരണയായൊരു യുവതിയെ നിങ്ങളുടെ വീട്ടിൽ വിട്ടിട്ടു പോകാൻ എന്റെ മനഃസാക്ഷി എന്നെ അനുവദിക്കുന്നില്ല.

മിസിസ് ആൽവിങ്: ഏറ്റവും നല്ല കാര്യം അവളെ ഒരു കുടുംബസ്ഥയായി കാണാൻ കഴിയുന്നതാണ് എന്ന തോന്നുന്നില്ലേ അങ്ങയ്ക്ക്? ഞാനുദ്ദേശിക്കുന്നത്, അവളെ മാന്യമായി വിവാഹം കഴിപ്പിക്കുന്നത്?

മാൻഡേഴ്സ്: നിസ്സംശയം. അവളുടെ കാര്യത്തിൽ എല്ലാംകൊണ്ടും ഉത്തമം അതുതന്നെ. നിശ്ചയമായും, റെജീനയുടെ ഇപ്പോഴത്തെ പ്രായം കണക്കിലെടുത്താൽ... ഇത്തരം കാര്യങ്ങളിൽ ഞാനൊരു വിദഗ്ധനല്ല, എങ്കിലും...

മിസിസ് ആൽവിങ്: റെജീന വളരെ നേരത്തേ പ്രായപൂർത്തിയായി.

മാൻഡേഴ്സ്: അതെ, വളരെ വേഗം. ഞാൻ അവളെ സ്ഥിരീകരണത്തിന് തയ്യാറെടുപ്പിക്കുമ്പോഴേ അവൾക്ക് ശാരീരികമായി നല്ല വളർച്ചയുണ്ടായിരുന്നു എന്നാണെന്റെ ഓർമ്മ. ഏതായാലും തൽക്കാല പരിതഃസ്ഥിതിയിൽ അവൾ വീട്ടിലേക്ക് പോകുന്നതാവും നല്ലത്,

അവളുടെ അപ്പന്റെ സംരക്ഷണയിലേക്ക്... ഓ, പക്ഷേ എങ്സ്ട്രാന്റല്ലല്ലോ... എന്നാലും അയാൾ എന്നോടിതു ചെയ്തല്ലോ, മറ്റാരുമല്ല, അയാൾ ആ സത്യം ഈവിധം എന്നിൽനിന്നും മറച്ചുവെച്ചതാലോചിക്കുമ്പോൾ...!

(ഹാൾവാതിലിന്മേൽ ഒരു മുട്ട്.)

മിസിസ് ആൽവിങ്: അത് ആരായിരിക്കും? അകത്തേക്ക് വരൂ!

എങ്സ്ട്രാന്റ്: (തന്റെ ഞായറാഴ്ച വേഷത്തിൽ, വാതിൽക്കൽ) എനിക്ക് മാപ്പു തരണേ, പക്ഷേ...

മാൻഡേഴ്സ്: ഓഹാ! ഹ്മം...

മിസിസ് ആൽവിങ്: ഓ, നിങ്ങളാണ്, അല്ലേ എങ്സ്ട്രാന്റ്?

എങ്സ്ട്രാന്റ്: ഒറ്റ പണിക്കാരത്തിയേയും ഈ ഭാഗത്തൊന്നും കണ്ടില്ല. അതുകൊണ്ട് വരുന്നതു വരട്ടേന്ന വിചാരിച്ച് ധൈര്യത്തിൽ ഞാനങ്ങു മുട്ടി.

മിസിസ് ആൽവിങ്: ഓ, ആവട്ടെ. അകത്തേക്ക് വരൂ. നിങ്ങൾ എന്നെ കാണാൻ വന്നതാണോ?

എങ്സ്ട്രാന്റ്: (അകത്തേക്ക് വരുന്നു.) അല്ല, അങ്ങനെ ചോയിച്ചതിന് നന്ദിയുണ്ടേ. സത്യം പറഞ്ഞാൽ അച്ചനെ കണ്ട് ഒരു കാര്യം പറയാനാശിച്ചോണ്ടാ ഞാൻ വന്നത്.

മാൻഡേഴ്സ്: (അങ്ങുമിങ്ങും നടന്നുകൊണ്ട്) ഹ്മം, അങ്ങനെയാണ്. നിങ്ങൾക്ക് എന്നോടാണ് സംസാരിക്കാനുള്ളത്, അല്ലേ?

എങ്സ്ട്രാന്റ്: തന്നെ. ഒരു സംഗതിയറിഞ്ഞാൽ വളരെ സന്തോഷായിരിക്കും...

മാൻഡേഴ്സ്: (അയാളുടെ മുന്നിൽ നിൽക്കുന്നു.) ഓഹോ? എന്നാൽ ചോദിക്കണം, എന്താണത്?

എങ്സ്ട്രാന്റ്: എന്താന്ന വെച്ചാല്.... ഞങ്ങടെ കൂലിയെല്ലാം കണക്കുതീർത്തു കിട്ടി... അവിടത്തേക്ക് ഒരുപാട് നന്ദിയുണ്ട് കൊച്ചമ്മോ... ഇന്നത്തോടെ സകലോം പൂർത്തിയായല്ലാ. ഇതുവരെ ഞങ്ങളെല്ലാരും കൊണ്ടുപിടിച്ച് പണിയെടുത്ത നിലക്ക് ഞാനൊരു നല്ല കാര്യം ആലോയിച്ചുവന്നു. എന്താന്ന് വെച്ചാല്, ഈ സന്ധ്യക്ക് നമ്മളെല്ലാം കൂടി ചെറുങ്ങനെയൊന്നു പ്രാർത്ഥിച്ച ശേഷം അവനോന്റെ പാട്ടിന് പോയാൽ പോരേ ന്നാ.

മാൻഡേഴ്സ്: പ്രാർത്ഥനയോ? താഴെ അനാഥാലയത്തിൽ വെച്ചോ?

എങ്സ്ട്രാന്റ്: തന്നെ. പക്ഷേങ്കിൽ അതൊരു നല്ല കാര്യല്ലേന്ന് അവിട്ത്തേക്ക് തോന്നാൻ ഇടയാവുന്നെങ്കിൽ മാത്രം, അച്ചോ....

മാൻഡേഴ്സ്: ഓ, അതെ, നല്ല കാര്യം, പക്ഷേ....ഹ്മം...

എങ്സ്ട്രാന്റ്: സാധാരണ സന്ധ്യയാവുമ്പം അവിടെ വെച്ച് ഒന്നോ രണ്ടോ തവണ പ്രാർത്ഥിക്കുന്നൊരു ശീലം എനിക്കുണ്ടേ...

മിസിസ് ആൽവിങ്: നിങ്ങൾക്കോ?

എങ്സ്ട്രാന്റ്: തന്നെ, സൗകര്യം കിട്ടുമ്പോളെല്ലാം, എന്നു വെച്ചാല് നിങ്ങള് വിചാരിക്കുമ്പോലെ കവിഞ്ഞ മട്ടിലുള്ള മേൽഗതിക്കുവേണ്ടിയൊന്നുവല്ല. അതിനൊന്നും പാങ്ങില്ലാത്ത വെറും ഒര് പാവം

സാധാരണക്കാരനല്ലേ ഞാൻ... മാൻഡേഴ്സച്ചൻ ഇന്നിപ്പം ഇവിടെയ്ള്ള സ്ഥിതിക്ക്...

മാൻഡേഴ്സ്: നോക്കൂ എങ്സ്ട്രാന്റ്, ആദ്യം നിങ്ങളോട് എനിക്കൊന്നു ചോദിക്കാനുണ്ട്. അത്തരമൊരു ഒത്തുചേരലിന്ന് യോജിച്ച കുറ്റമറ്റ മനോഘടനയാണോ നിങ്ങൾക്കുള്ളത്? നിങ്ങളുടെ മനഃസാക്ഷി ശുദ്ധമാണെന്ന് തോന്നുന്നുണ്ടോ നിങ്ങൾക്ക്?

എങ്സ്ട്രാന്റ്: ദൈവം തുണക്കട്ടെ, അച്ചോ, ഈ മനഃസാക്ഷീനെപ്പറ്റി പറയുന്നതില് വലിയ കഥയൊന്നൂല്ല.

മാൻഡേഴ്സ്: ഉണ്ടല്ലൊ, അതിൽ കാര്യമുണ്ടല്ലൊ. കണിശമായും അതിനെപ്പറ്റിത്തന്നെയാണ് നമ്മൾ സംസാരിക്കാൻ പോകുന്നത്. എന്താ? നിങ്ങളുടെ മനഃസാക്ഷിയെപ്പറ്റി എന്തു പറയാനുണ്ട് നിങ്ങൾക്ക്?

എങ്സ്ട്രാന്റ്: ഹാ... എന്റെ മനഃസാക്ഷീനെപ്പറ്റി പറയാന്നു വെച്ചാല് ചെലപ്പോളെല്ലാം അത് മഹാമോശം തന്നെ.

മാൻഡേഴ്സ്: ശരി, ഏതായാലും അതു നിങ്ങൾ സമ്മതിക്കുന്നുണ്ട്. ഇനി, റെജീനയെക്കുറിച്ചുള്ള ശരിയായ കഥയെന്താണ്?

മിസിസ് ആൽവിങ്: (പെട്ടെന്ന്) പാസ്റ്റർ മാൻഡേഴ്സ്!

മാൻഡേഴ്സ്: (ധൈര്യപ്പെടുത്തിക്കൊണ്ട്) ദയവായി എന്നെ അനുവദിക്കുക...

എങ്സ്ട്രാന്റ്: റെജീനയെപ്പറ്റിയാ? കർത്താവേ, അവിട്ന്നെന്നെ പേടിപ്പിക്കുന്നല്ലാ! (മിസിസ് ആൽവിങ്ങിനെ നോക്കുന്നു.) റെജീനക്ക് എന്തെങ്കിലും സംഭവിച്ചാ? ഇല്ലല്ലാ?

മാൻഡേഴ്സ്: ഇല്ലെന്നാശിക്കുക. എനിക്കറിയേണ്ടത് റെജീനയും നിങ്ങളും തമ്മിലുള്ള ബന്ധം എന്താണെന്നാണ്. നിങ്ങൾ അവളുടെ അപ്പൻ ചമയുകയാണ്, അല്ലേ? എന്താ ശരിയല്ലേ?

എങ്സ്ട്രാന്റ്: (ഒന്നറച്ച്) അതു ശരി... ഹും... അവിട്ത്തേക്കറിവുള്ളതാ, പാവം ജോവന്നയും ഞാനുമായിട്ട് ഉണ്ടായതെല്ലാം.

മാൻഡേഴ്സ്: തരം പോലെ വശം മാറൽ ഇനി വേണ്ട. നിങ്ങളുടെ മരിച്ചു പോയ ഭാര്യ അവളുടെ ജോലി മതിയാക്കി പോകുംമുമ്പ് മിസിസ് ആൽവിങ്ങിനോട് സത്യാവസ്ഥയെല്ലാം തുറന്നു പറയുകയുണ്ടായി.

എങ്സ്ട്രാന്റ്: അല്ല, ഞാൻ എന്തായീ കേൾക്ക്ന്നത്... ഓള് പറഞ്ഞൂന്നാ, ഓളാ?

മാൻഡേഴ്സ്: അങ്ങനെ നിങ്ങളുടെ തനിനിറം പുറത്തായി, എങ്സ്ട്രാന്റ്.

എങ്സ്ട്രാന്റ്: ഓള് ദൈവത്തെപ്പിടിച്ച് ആണയിട്ടിട്ടും...

മാൻഡേഴ്സ്: ആണയിട്ടോ?

എങ്സ്ട്രാന്റ്: അതേന്ന്, ഓളന്ന് സത്യപ്രതിജ്ഞ ചെയ്തു, ഒത്ത ദൈവഭയത്തോടെ.

മാൻഡേഴ്സ്: എന്നിട്ട് നിങ്ങളോ, ഈ കൊല്ലങ്ങളത്രയും ആ സത്യം എന്നിൽനിന്നും ഒളിച്ചു വെച്ചു. അതും സ്വന്തം നില വിട്ടു കൊണ്ടു പോലും നിങ്ങളിൽ പരിപൂർണ്ണ വിശ്വാസമർപ്പിച്ച ഈ എന്നിൽ നിന്ന്.

എങ്സ്ട്രാന്റ്: ശരിയാ, അതില് എനിക്ക് സങ്കടമുണ്ടച്ചോ.

മാൻഡേഴ്സ്: നിങ്ങളിൽനിന്നും ഇതു ഞാൻ അർഹിച്ചിരുന്നോ എങ്സ്ട്രാന്റ്? ആകാവുന്ന വിധത്തിലെല്ലാം ഒരു കൈ സഹായം നിങ്ങൾക്കു നൽകാൻ എന്നും ഞാൻ തയ്യാറായിരുന്നില്ലേ? ഉത്തരം പറ! ഞാൻ തയ്യാറായിരുന്നില്ലേ?

എങ്സ്ട്രാന്റ്: അവിട്ത്തെ സഹായം ഇല്ലാണ്ടിരുന്നെങ്കിൽ എത്രയെത്ര വട്ടം എന്റെ എന്തെല്ലാം സംഗതികൾ കട്ടപ്പൊകയായി പോവ്വായിരുന്നു.

മാൻഡേഴ്സ്: എന്നിട്ട് ഇതാണല്ലൊ എനിക്ക് തിരിച്ചുതരുന്നത്. നിങ്ങൾ എന്നെക്കൊണ്ട് തെറ്റായ വസ്തുതകൾ പള്ളി രജിസ്റ്ററിൽ ചേർപ്പിച്ചു. പിന്നെ സത്യത്തിന്റെ പേരിലും എന്നോടുള്ള കടപ്പാടിന്റെ പേരിലും വെളിപ്പെടുത്താൻ ബാദ്ധ്യതപ്പെട്ട വിവരങ്ങൾ ഇക്കണ്ട വർഷങ്ങളത്രയും മറച്ചുവെക്കുകയും ചെയ്തു. നിങ്ങളുടെ പെരുമാറ്റം അങ്ങേയറ്റം അക്ഷന്തവ്യമായിരുന്നു, എങ്സ്ട്രാന്റ്. അതുകൊണ്ട് നാം തമ്മിലുണ്ടായ സമ്പർക്കം ഇതോടെ അവസാനിക്കുന്നു.

എങ്സ്ട്രാന്റ്: (ഒരു നിശ്വാസത്തോടെ) ആയ്ക്കോട്ടെ, ആ കെട്ടങ്ങ് പൊട്ടി, ഞാൻ നിരൂപിച്ചു.

മാൻഡേഴ്സ്: എന്തുകൊണ്ട് നിങ്ങൾക്കതിന് യുക്തമായൊരു സമാധാനം പറയാൻ കഴിയുന്നില്ല?

എങ്സ്ട്രാന്റ്: ആ പെണ്ണ് തോന്നിയേടത്തെല്ലാം പോയി ആ നാണക്കേട് പറഞ്ഞു പരത്തി കൂടുതൽ നാറ്റിക്കണമെന്നാ അവിട്ന്ന് വിചാരിക്ക്ന്നത്, അല്ലല്ലാ? ഇനി അച്ചോ, അവിട്ന്നുതന്നെ ശരിക്കൊന്നു ഭാവിച്ചുനോക്കിയാട്ടെ, പാവം ജോവന്നയുടെ കഷ്ടസ്ഥിതിയിൽ അവിട്ന്ന് തന്നെയാണ്ന്ന്.

മാൻഡേഴ്സ്: ഞാനോ?

എങ്സ്ട്രാന്റ്: എന്റെ കർത്താവേ. അതേപോലെ എന്നല്ല, നാട്ടുകാര് പറയുമ്പോലെ നാലാളറിഞ്ഞാൽ മാനം പോകുന്ന വല്ലതും അവിട്ത്തേക്ക് പറ്റിപ്പോയി എന്നു ചിന്തിച്ചാട്ടെ. അച്ചോ നമ്മൾ ആണുങ്ങൾ ഒരു പാവം പെണ്ണിനെ അങ്ങനെയങ്ങ് കണ്ണിൽ ചോരയില്ലാതെ വിധിച്ചൂടാ.

മാൻഡേഴ്സ്: പക്ഷേ ഞാൻ വിധിച്ചില്ലല്ലൊ. ഞാൻ കുറ്റപ്പെടുത്തുന്നത് നിങ്ങളെയാണല്ലൊ.

എങ്സ്ട്രാന്റ്: അവിട്ത്തോട് ഒരു ചെറിയ ചോദ്യം ചോദിക്കാൻ എന്നെ സമ്മതിക്ക്വോ, അച്ചോ?

മാൻഡേഴ്സ്: ചോദിക്കുമല്ലൊ.

എങ്സ്ട്രാന്റ്: ഒരു പാപിയെ കര കയറ്റാൻ നോക്കുന്നത് ശരിയും ന്യായവും തന്നെയല്ലേ?

മാൻഡേഴ്സ്: അതെ, നിശ്ചയമായും.

എങ്സ്ട്രാന്റ്: ഒരുത്തൻ ഓന്റെ വാക്ക് പാലിക്കാനും ബാദ്ധ്യസ്ഥനാണല്ലാ?

മാൻഡേഴ്സ്: തീർച്ചയായും ബാദ്ധ്യസ്ഥനാണ്. എന്നാൽ...

എങ്സ്ട്രാന്റ്: ആ ഇംഗ്ലീഷുകാരനെക്കൊണ്ട് ജോവന്ന കുടുങ്ങിയപ്പോ - അല്ല, അതൊരു അമേരിക്കക്കാരനോ, റഷ്യക്കാരനോ എന്തോ

– എവനായാലും ശരി, ഓൾ പട്ടണത്തിലേക്ക് മടങ്ങിവന്നു. പാവം പെണ്ണ്, നേരത്തേ ഒന്നു രണ്ടു വട്ടം ഓളെന്നെ ആട്ടിയതാ; ഓൾക്കേ നല്ല ശൊങ്കന്മാരെ ആയിര്ന്നു നോട്ടം, അതേന്ന്; അല്ല, എനിക്കാണെങ്കില് എന്റെ ഈ പൊട്ടക്കാലും ഉണ്ടായിര്ന്നല്ലാ. അവട്ന്ന് ഓർമ്മിക്ക്ന്ന്ണ്ടോ എന്തോ, ഒരിക്കെ ഞാൻ ഈ നാവികപ്പഹയന്മാര് കുടിച്ച് മലക്കം മറിയ്ന്ന ഡാൻസ് ഹാളിലേക്ക് കേറിച്ചെല്ലാൻ ധൈര്യപ്പെട്ടതും, എന്നിട്ട് ഞാൻ അവരോട് അവര്ടെ മോന്തായോം അറുപത്തിനാലും വളഞ്ഞ ജീവിതം കളഞ്ഞ് പുതിയൊരു ജീവിതം തൊടങ്ങാനുപദേശിച്ചതും...

മിസിസ് ആൽവിങ്: (അപ്പുറത്തെ ജാലകത്തിനരികിൽ) ഹും...

മാൻഡേഴ്സ്: എനിക്കറിയാം എങ്സ്ട്രാന്റ്, ആ മൃഗങ്ങൾ നിങ്ങളെ എടുത്ത് താഴത്തെ നിലയിലേക്കെറിഞ്ഞു. ആ സംഭവത്തെക്കുറിച്ച് മുമ്പ് നിങ്ങൾ എന്നോടു പറഞ്ഞിട്ടുണ്ട്. നിങ്ങളുടെ ഈ മുടന്ത് നിങ്ങൾക്കുള്ള ബഹുമതിയാണ്.

എങ്സ്ട്രാന്റ്: അച്ചോ, അയിനെപ്പറ്റി വീമ്പെളക്കാനൊന്നും ഞാനില്ല. ഞാൻ പറയാൻ വന്നത് എന്താന്നു വെച്ചാല്, ഓൾ എന്റടുത്തു വന്ന് കരച്ചിലും പിഴിച്ചിലും പല്ലിറുമ്മലുമായിട്ട് സകലമാന സംഗതികളും ഏറ്റുപറഞ്ഞു. എല്ലാം കേട്ടപ്പോ, എന്തോ, നല്ല ശേലിൽ എന്റെ കരള് പൊട്ടിത്തകർന്നുപോയി.

മാൻഡേഴ്സ്: സത്യത്തിൽ അങ്ങനെയായിരുന്നു, അല്ലേ എങ്സ്ട്രാന്റ്, എന്നിട്ട്?

എങ്സ്ട്രാന്റ്: ആയതുകൊണ്ട് ഞാൻ ഓളോടു പറഞ്ഞു: ഈ അമേരിക്കക്കാരൻ ദൂരത്തെവ്ടയോ, ഏഴു കടലും ചുറ്റിയടിക്കുന്നുണ്ടാവും. എന്നാൽ നീയോ ജോവന്നാ, ഞാൻ പറഞ്ഞു, നീ ഒരു കുറ്റം ചെയ്തു. നീ ഒരു പാപിയായ പെണ്ണാകുന്നു. എന്നാലോ ജേക്കബ് എങ്സ്ട്രാന്റാവട്ട്, ഞാൻ പറഞ്ഞു, ഓൻ ഓന്റെ സൊന്തമായ രണ്ടു കാലുകളിൽ ഒറച്ച് നിൽക്കുന്നൊരു ആണാകുന്നു, ഓനിതാ... ഒരു കണക്കിന് ഞാൻ അങ്ങനെയെല്ലാം അങ്ങ് പറഞ്ഞുപോയി അച്ചോ.

മാൻഡേഴ്സ്: ഇതെല്ലാം വളരെ ആദരണീയമാണ്. എനിക്ക് അംഗീകരിക്കാൻ പറ്റാത്തത് എന്താണെന്നു വെച്ചാൽ, പണം സ്വീകരിക്കാൻ മാത്രം നിങ്ങൾ തരം താണുപോയി എന്നതാണ്.

എങ്സ്ട്രാന്റ്: പണമോ? ഞാനോ? ഒരു പൈ പോലും സ്വീകരിച്ചില്ല.

മാൻഡേഴ്സ്: (ചോദ്യഭാവത്തിൽ മിസിസ് ആൽവിങ്ങിനോട്) പക്ഷേ...?

എങ്സ്ട്രാന്റ്: ഓ, ശരിയാ, ഒരു നിമിഷം നിൽക്കണേ... ഇപ്പം എനിക്ക് ഓർമ്മ വരുന്ന്ണ്ട്. ജോവന്നയുടെ കൈവശത്തിൽ എന്തോ ചില്ലറ ഉണ്ടായിരുന്നു. പക്ഷേങ്കിൽ ആ പണം കൊണ്ട് ഞാനെന്തു നേടാനാ. ഛൂ, അത് പണപ്പിശാചാ, ഞാൻ പറഞ്ഞു, അത് പാപത്തിന്റെ കൂലിയാ. നമ്മൾ ആ പാപക്കറ പിടിച്ച സ്വർണ്ണം- അതല്ല നോട്ടാ, അത് എന്തായാലും ആ അമേരിക്കക്കാരന്റെ മോന്തക്കുനേരെ വലിച്ചെറിഞ്ഞേക്കണം, ഞാൻ പറഞ്ഞു. പക്ഷേങ്കിൽ

അപ്പളത്തേക്കും ആ വിരുതൻ കടന്നകളഞ്ഞിരുന്നു, കലികൊണ്ടഭ കടലിന്റെ പെരും പരപ്പിലേക്ക്.

മാൻഡേഴ്സ്: അപ്പോൾ കഥ ഇതാണ്, അല്ലേ എങ്സ്റ്റാന്റ്, എന്റെ നല്ല ചങ്ങാതീ?

എങ്സ്റ്റാന്റ്: തന്നെ. അങ്ങനെ ഞാനും ജോവന്നയും കൂടി യോജിച്ചൊരു നിശ്ചയത്തിലെത്തി. ആ പണം ആ കുഞ്ഞിന്റെ വിദ്യാഭ്യാസത്തിന് പോകട്ടേന്ന്. അതങ്ങനെ പോവ്വേം ചെയ്തു. അതിന്റെ ഓരോ ചില്ലി കണക്കും എന്റെ കൈവശത്തിലുണ്ടേ.

മാൻഡേഴ്സ്: പക്ഷേ ഇത് കാര്യങ്ങളെയാകെ മാറ്റിമറിക്കുന്നല്ലോ.

എങ്സ്റ്റാന്റ്: ആ വഴിക്കാ അച്ചോ സംഗതികൾ നീങ്ങിയത്. പിന്നെ റെജീനക്ക് ഞാൻ നല്ലൊരപ്പനായിരുന്നു എന്നു തന്നെയാ എന്റെ വിചാരം... എന്നാലാവുമ്പോലെയെല്ലാം... കാരണം ഞാനൊരു പാവപ്പെട്ട പാപിയായല്ലേ അച്ചോ.

മാൻഡേഴ്സ്: ആകട്ടെ, എന്റെ പ്രിയപ്പെട്ട എങ്സ്റ്റാന്റ്...

എങ്സ്റ്റാന്റ്: എന്നാലും പാവം ജോവന്നക്ക് ഞാൻ സ്നേഹമുള്ളൊരു ഭർത്തവായിരുന്നു എന്നു പറയാനും എനിക്ക് മടിയില്ല. പിന്നെ നമ്മളെല്ലാരും ചെയ്തിരിക്കണം എന്ന് വേദപുസ്തകത്തിൽ പറയു മ്പോലെ ഞാൻ ആ കുഞ്ഞിന് ഒരു കുടുംബമൊരുക്കുകയും അതിനെ പരിപാലിക്കുകയും ചെയ്തുവല്ലോ. എന്നാലോ, ഒരിക്കലെങ്കിലും ഒരു സൽക്കർമ്മം ചെയ്യാൻ ഇട വന്നതിന് മാൻഡേഴ്സച്ചന്റെ അടുക്കൽ വന്ന് പൊങ്ങച്ചം പറയാനോ പുറത്തൊരു തട്ടുതലോടൽ വാങ്ങാനോ ഒരിക്കലും എനിക്ക് തോന്നീട്ടുമില്ല. ഇല്ല, അമ്മാതിരി എന്തുതന്നെ ഉണ്ടായാലും കമാന്ന് രണ്ടക്ഷരം മിണ്ടൂല, ജേക്കബ് എങ്സ്റ്റാന്റ്. അല്ല, അത് എപ്പോളും അങ്ങനെത്തന്നെയാണെന്ന് പറയാനും ഞാനില്ലേ. എപ്പോളെല്ലാം ഞാൻ മാൻഡേഴ്സച്ചനെ കാണാൻ വരുന്ന്ണ്ടോ അപ്പോളെല്ലാം ഒരുപാട് സംഗതികള്ണ്ടല്ലാ എനിക്കു പറയാൻ, എന്റെ തെറ്റുകുറ്റങ്ങളെപ്പറ്റിത്തന്നെ. അതുകൊണ്ട് ഞാൻ ഇപ്പം പറഞ്ഞപോലെ ഒന്നുംകൂടി പറഞ്ഞോട്ടെ: എന്റെ മനഃസാക്ഷി യുടെ പോക്ക് അത്ര ശരിയല്ല, ചെല സമയത്ത്.

മാൻഡേഴ്സ്: നിങ്ങളുടെ ആ കൈ ഇങ്ങു തരൂ, ജേക്കബ് എങ്സ്റ്റാന്റ്.

എങ്സ്റ്റാന്റ്: ഓ, എന്റെ കർത്താവേ, അച്ചോ...

മാൻഡേഴ്സ്: ഇനി ഒന്നും പറയേണ്ട! (അയാളുടെ കൈത്തലം ഗ്രഹിക്കു ന്നു.) അക്കാര്യം കഴിഞ്ഞു!

എങ്സ്റ്റാന്റ്: ദയ വിചാരിച്ച്, അച്ചോ, താഴ്മയായി ഞാൻ അപേക്ഷിക്കുന്നേ, അവിടന്ന് എനിക്കു മാപ്പു തരണം...

മാൻഡേഴ്സ്: നിങ്ങളോ? നേരെ മറിച്ച് ഞാനൊരാൾ നിങ്ങളോടാണ് മാപ്പു ചോദിക്കേണ്ടത്.

എങ്സ്റ്റാന്റ്: അയ്യോ, കർത്താവേ, എനിക്കാവതില്ലേ!

മാൻഡേഴ്സ്: പക്ഷേ ആവണം, നിർബ്ബന്ധമായും. പൂർണ്ണ ഹൃദയത്തോടെ യാണ് ഇതു ഞാൻ പറയുന്നത്. നിങ്ങളെ ഈ വിധം തെറ്റായി

വിധിച്ചതിന്ന് സദയം എനിക്ക് മാപ്പ തരിക. ഇപ്പോൾ ഞാൻ ഒന്നേ ആഗ്രഹിക്കുന്നുള്ളൂ, എന്റെ ആത്മാർത്ഥമായ പശ്ചാത്താപവും പിന്നെ നിങ്ങ ളോട്ടു തോന്നിയ മതിപ്പും പ്രകടിപ്പിക്കാൻ വല്ല മാർഗ്ഗവുമുണ്ടായിരുന്നെങ്കിൽ...

എങ്സ്റ്റാന്റ്: തന്നെ, അച്ചോ?

മാൻഡേഴ്സ്: അങ്ങേയറ്റം സന്തോഷത്തോടെ...

എങ്സ്റ്റാന്റ്: എന്നാലേ, വാസ്തവ സ്ഥിതി പറഞ്ഞാൽ അങ്ങനെയൊന്ന്ണ്ട്. ഇവിട്ന്നു കിട്ടിയ പണിക്കൂലിയിൽനിന്ന് ഞാൻ ആറ്റിപ്പെറുക്കി മാറ്റിവെച്ച കുറഞ്ഞൊരു സമ്പാദ്യമുണ്ടെനിക്ക്. അതു മൊടക്കി അങ്ങ് പട്ടണത്തിൽ ഒരുമാതിരി ഒരു നാവികാലയം തൊടങ്ങാൻ ആലോചിക്ക്ന്ന്ണ്ട് ഞാൻ.

മിസിസ് ആൽവിങ്: എന്ത്, നിങ്ങളോ?

എങ്സ്റ്റാന്റ്: തന്നെ. ഇത് സ്വന്തം വീട്ടുപോലെത്തന്നെയല്ലോ എന്ന് നിങ്ങളെക്കൊണ്ട് പറയിപ്പിക്കാൻ പാകത്തിൽ ഒരേർപ്പാടാ എന്റെ മനസ്സില്ള്ളത്. ഒരു നാവികൻ കരയില് കാലെടുത്തുവെക്കുമ്പോത്തന്നെ ചില്ലറ പ്രലോഭനങ്ങളാ ഓനെ വന്നു പൊതിയുന്നത്! എന്നാലേ, എന്റെ ഈ താവളത്തിൽ ഒരപ്പന്റെ കണ്ണിനു കീഴിലാ താൻ എന്ന ചിന്ത ഓനുണ്ടാവണം എന്നാ എന്റെ വിചാരം.

മാൻഡേഴ്സ്: ഇതിനെന്തു പറയുന്നു, മിസിസ് ആൽവിങ്!

എങ്സ്റ്റാന്റ്: ദൈവത്തിനറിയാം ഇതൊന്നു തൊടങ്ങി വെക്കാൻ വേണ്ട കാര്യായ കോപ്പൊന്നും എന്റട്ടത്തില്ലാന്ന്. എന്നാലും ചെറിയ തോതിൽ ഒരു കൈ സഹായം കിട്ടിപ്പോയാൽ...

മാൻഡേഴ്സ്: ശരി, ശരി. അതിനെക്കുറിച്ച് നമുക്ക് വിശദമായിട്ടാലോചിക്കണം. അതിരിക്കട്ടെ, ഇനി നിങ്ങൾ അങ്ങോട്ടു പോയി എല്ലാമൊന്ന് ഒരുക്കി വെച്ച്, മെഴുകുതിരികൾ കൊളുത്തി അവിടം ഒരിത്തിരി പ്രസന്നമാക്കൂ. എന്നിട്ട്, എന്റെ പ്രിയപ്പെട്ട എങ്സ്റ്റാന്റ്, നമുക്കൊരുമിച്ച് പ്രാർത്ഥനയിൽ മുഴുകാം. കാരണം ഇപ്പോൾ എനിക്കുറപ്പായി, കുറ്റമറ്റൊരു മനോഘടനയാണ് നിങ്ങൾക്കുള്ളതെന്ന്.

എങ്സ്റ്റാന്റ്: തന്നെ, എനിക്കും ഒറപ്പ തന്നെ. എന്നാൽ കൊച്ചമ്മോ, അവിടത്തേക്ക് നന്ദി, നമസ്കാരം. ഇനി ഞാൻ പോയ്ക്കോട്ടെ. പിന്നെ, എന്നെ വിചാരിച്ച് എന്റെ റെജീനക്കുഞ്ഞിനെ നല്ലോണം നോക്കിക്കോളണേ. (അയാൾ ഒരു തുള്ളി കണ്ണുനീർ തുടച്ചു കളയുന്നു.) പാവം ജോവന്നേന്റെ കുഞ്ഞുമോള്... ഹാ, ഇതെന്തതിശയം... ഇതിപ്പം എന്റെ ഹൃദയതന്ത്രികളിൽ ഓളെ മുറുക്കിക്കെട്ടിയ മാതിരിയുണ്ട്. അതേന്ന്, അതാ സത്യം.

(അയാൾ തല കുനിച്ച ശേഷം ഹാളിലൂടെ പുറത്തേക്ക് പോകുന്നു.)

മാൻഡേഴ്സ്: ആകട്ടെ, ഇപ്പോൾ നിങ്ങൾ എന്തു പറയുന്നു, മിസിസ് ആൽവിങ്, നമ്മുടെ ഈ വിദ്വാനെക്കുറിച്ച്? അയാളിൽനിന്നും നമുക്ക് കിട്ടിയത് തികച്ചും വേറിട്ടൊരു വിശദീകരണമാണല്ലൊ, അല്ലേ?

മിസിസ് ആൽവിങ്: അതെ, തീർച്ചയായും വേറിട്ടത്.

മാൻഡേഴ്സ്: ഇപ്പോൾ നിങ്ങൾക്ക് ബോദ്ധ്യപ്പെടുന്നുണ്ടല്ലോ, ഒരു സഹജീവിയുടെ മേൽ വിധി കല്പിക്കുമ്പോൾ എത്രമാത്രം ശ്രദ്ധാലുവായിരിക്കണമെന്ന്. എങ്കിലും പറ്റിപ്പോയത് തെറ്റാണെന്നുള്ള കണ്ടെത്തൽ ഏതൊരാൾക്കും യഥാർത്ഥമായ ആനന്ദമുണ്ടാക്കും. എന്തു പറയുന്നു നിങ്ങൾ?

മിസിസ് ആൽവിങ്: ഞാൻ പറയുന്നത് അങ്ങ് അസാമാന്യ വലുപ്പമുള്ള ഒരു ശിശുവാണെന്നാണ്, എക്കാലവും അങ്ങനെ ആയിരിക്കുമെന്നും.

മാൻഡേഴ്സ്: ഞാനോ?

മിസിസ് ആൽവിങ്: (ഇരു കൈകളും അദ്ദേഹത്തിന്റെ ചുമലിന്മേൽ വെച്ച്) എനിക്കേതാണ്ട് അങ്ങയെ കെട്ടിപ്പുണരാൻ തോന്നിപ്പോകുന്നു എന്നുകൂടി പറയാം.

മാൻഡേഴ്സ്: (ധൃതിയിൽ പിന്മാറിക്കൊണ്ട്) ദൈവമേ, അരുത്.... എന്തൊരു മനോഭാവം!

മിസിസ് ആൽവിങ്: (ഒരു പുഞ്ചിരിയോടെ) ഹോ, എന്നെ ഭയപ്പെടുകയൊന്നും വേണ്ടാ.

മാൻഡേഴ്സ്: (മേശയ്ക്കരികിൽ) ചിലപ്പോൾ ഇങ്ങനെ അനിയന്ത്രിതമായൊരു പെരുമാറ്റരീതി നിങ്ങൾക്കുണ്ട്. ഞാൻ ഈ പ്രമാണങ്ങളൊക്കെയൊന്ന് പെറുക്കിയടുക്കി ഈ സഞ്ചിയിൽ വെച്ചോട്ടെ.. (അപ്രകാരം ചെയ്യുന്നു.) ങാ, അതു കഴിഞ്ഞു. ഇനി തൽക്കാലം നിങ്ങളോട് യാത്ര പറയുന്നു. ഓസ്വോൾഡ് മടങ്ങിവരുമ്പോൾ നിങ്ങൾ ജാഗ്രതയായിരിക്കണം. ഞാൻ പിന്നീടു വന്ന് നിങ്ങളെ കണ്ടുകൊള്ളാം.

(അദ്ദേഹം തന്റെ തൊപ്പിയെടുത്ത് ഹാൾ വാതിലിലൂടെ പുറത്തേക്ക്പോകുന്നു. മിസിസ് ആൽവിങ് നിശ്വസിക്കുന്നു, ഒരു നിമിഷം ജാലകത്തിലൂടെ പുറത്തേക്ക് നോക്കുന്നു, ചില വസ്തുക്കൾ യഥാസ്ഥാനത്ത് വെക്കുന്നു, പിന്നെ ഊൺമുറിയിലേക്ക് പോകാനായുന്നെങ്കിലും അടക്കിയ ഒരു നിലവിളിയോടെ വാതിൽക്കൽ നിന്നുപോകുന്നു.)

മിസിസ് ആൽവിങ്: ഓസ്വോൾഡ്, നീ ഊൺമുറിയിൽത്തന്നെ ഉണ്ടായിരുന്നോ!

ഓസ്വോൾഡ്: (ഊൺമുറിയിൽ) ഞാൻ ഈ ചുരുട്ടൊന്നു വലിച്ചുതീർക്കുകയായിരുന്നു.

മിസിസ് ആൽവിങ്: ഞാൻ കരുതി നീ ഇത്തിരി നടക്കാൻ വേണ്ടി റോഡിലേക്ക് കയറിപ്പോയെന്ന്.

ഓസ്വോൾഡ്: ഈ കാലാവസ്ഥയിലോ?

(ഒരു ഗ്ലാസിന്റെ കിലുകിലു ശബ്ദം. മിസിസ് ആൽവിങ് വാതിൽ തുറന്ന നിലയിൽത്തന്നെ വിട്ടുകൊണ്ട് തന്റെ തുന്നൽ സാമഗ്രികളുമായി ജാലകത്തിനരികിലെ സോഫയിൽ ഇരിക്കുന്നു.)

ഓസ്വോൾഡ്: ഇപ്പോൾ പുറത്തേക്കു പോയത് പാസ്റ്റർ മാൻഡേഴ്സ് ആയിരുന്നില്ലേ?

മിസിസ് ആൽവിങ് : അതെ, അദ്ദേഹം താഴെ അനാഥമന്ദിരത്തിലേക്കാണ് പോയത്.

ഓസ്‌വോൾഡ്: ഹ്ം.

(ഗ്ലാസിന്റേയും മദ്യക്കുപ്പിയുടേയും കിലുകില്വ ശബ്ദം വീണ്ടും.)

മിസിസ് ആൽവിങ്: (ആധി പിടിച്ച നോട്ടത്തോടെ) എന്റെ മോനേ, ആ മദ്യം നീ സൂക്ഷിച്ചുപയോഗിക്കണം. അത് വീര്യം കൂടിയതാണ്.

ഓസ്‌വോൾഡ്: ഇത് ഈ തണുപ്പിനെ അകറ്റിനിർത്തും.

മിസിസ് ആൽവിങ്: നിനക്ക് ഇവിടെ എന്റെ അടുത്തു വന്നിരുന്നുകൂടേ?

ഓസ്‌വോൾഡ്: അവിടെയിരുന്ന് ഞാൻ പുക വലിച്ചുകൂടല്ലൊ.

മിസിസ് ആൽവിങ്: ചുരുട്ടു വലിക്കുന്നതിൽ പ്രശ്നമില്ല.

ഓസ്‌വോൾഡ്: എങ്കിൽ ശരി, ഞാനിതാ വരുന്നു. ഒരു കവിൾ കൂടി ഒഴിച്ചോട്ടെ... ഇതാ കഴിഞ്ഞു.

(അയാൾ ചുരുട്ടു വലിച്ചുകൊണ്ട് മുറിയിലേക്ക് വരുന്നു, പിന്നിലെ വാതിലടയ്ക്കുന്നു. ഹ്രസ്വ നിശ്ശബ്ദത)

ഓസ്‌വോൾഡ്: ഈ പാസ്റ്റർ എവിടെപ്പോയി?

മിസിസ് ആൽവിങ്: ഞാൻ നിന്നോടു പറഞ്ഞു, അദ്ദേഹം താഴെ അനാഥാലയത്തിലേക്കു പോയെന്ന്.

ഓസ്‌വോൾഡ്: ഓ, അതെ, അതു ശരിയാണ്.

മിസിസ് ആൽവിങ്: ഓസ്‌വോൾഡ്, നീ ഇങ്ങനെ ദീർഘനേരം ചടഞ്ഞിരിക്കരുത്.

ഓസ്‌വോൾഡ്: (ചുരുട്ട് തന്റെ പിന്നിൽ പിടിച്ചുകൊണ്ട്) പക്ഷേ എനിക്കിത് എത്രയും സുഖകരമായി തോന്നുന്നു, മമ്മാ. (അവരെ തട്ടുകയും തലോടുകയും ചെയ്യുന്നു.) എന്നെ സംബന്ധിച്ച് അതിനുള്ള പ്രാധാന്യം ഒന്നാലോചിച്ചുനോക്കൂ... വീട്ടിലായിരിക്കുക, എന്റെ മമ്മയുടെ അടുത്ത് ചടഞ്ഞിരിക്കുക, മമ്മയുടെ സ്വന്തം മുറിയിൽ, മമ്മയുടെ രുചിയേറിയ ഭക്ഷണം ആസ്വദിക്കുക.

മിസിസ് ആൽവിങ്: എന്റെ പ്രിയപ്പെട്ട പൊന്നുമോനേ!

ഓസ്‌വോൾഡ്: (പുക വലിച്ചുകൊണ്ട്, ഏറെക്കുറെ അക്ഷമനായി അങ്ങുമിങ്ങും നടക്കുന്നു.) മറ്റെന്താണ് എനിക്കിവിടെ ചെയ്യാനുള്ളത്? യാതൊന്നും തുടങ്ങിവെക്കാൻ എനിക്ക് കഴിയുന്നില്ല.

മിസിസ് ആൽവിങ്: ഹോ, നിനക്ക് കഴിയുന്നില്ലേ?

ഓസ്‌വോൾഡ്: ഈ ഇരുണ്ട കാലാവസ്ഥയിലോ? പകൽ മുഴുവൻ സൂര്യന്റെ ഒരല്പസാന്നിദ്ധ്യം പോലും ഇല്ലാതിരിക്കെ? (മുറിയുടെ കുറുകെ നടക്കുന്നു.) ഹോ, ജോലി ചെയ്യാനാവാത്ത ഈ അവസ്ഥ...!

മിസിസ് ആൽവിങ്: ഒരു കണക്കിന് നീ വീട്ടിലേക്ക് വരുന്നതിനെപ്പറ്റി രണ്ടുവട്ടം ആലോചിക്കണമായിരുന്നു.

ഓസ്‌വോൾഡ്: ഓ, ഇല്ല മമ്മാ. എനിക്ക് വന്നേ പറ്റുമായിരുന്നുള്ളൂ.

മിസിസ് ആൽവിങ് : കാരണം നിന്നെ ഇങ്ങനെ കാണുന്നതിലും ഭേദം നിന്നെ എനിക്കിവിടെ കിട്ടുന്നതിന്റെ ആനന്ദം പത്തു വട്ടം ത്യജിക്കുന്നതാണ്...

ഓസ്‌വോൾഡ്: (മേശയ്ക്കരികിൽ നിൽക്കുന്നു.) എങ്കിലും എന്നോടു പറയൂ

മമ്മാ... ഞാൻ വീട്ടിലുണ്ടാവുന്നത് യഥാർത്ഥത്തിൽ മമ്മയെ അത്ര വളരെ ആനന്ദിപ്പിക്കുന്നുണ്ടോ?

മിസിസ് ആൽവിങ്: എന്നെ ആനന്ദിപ്പിക്കുന്നുണ്ടോയെന്ന്!

ഓസ്‌വോൾഡ്: (ഒരു വാർത്താപത്രം ചുരുട്ടിക്കൂട്ടിക്കൊണ്ട്) ഞാൻ അടുത്തുണ്ടായാലുമില്ലെങ്കിലും മമ്മയ്ക്കൊരുപോലെയാണെന്നാണ് ഞാൻ വിചാരിച്ചത്.

മിസിസ് ആൽവിങ്: ഇത് നിന്റെ മമ്മയോടു പറയാനുള്ള ഹൃദയകാഠിന്യം നിനക്കുണ്ടോ, ഓസ്‌വോൾഡ്?

ഓസ്‌വോൾഡ്: എന്നിട്ടും ഇതുവരെ ഞാനില്ലാതെ തികച്ചും സ്വസ്ഥമായി കഴിയാൻ നിങ്ങൾക്ക് സാധിച്ചല്ലോ.

മിസിസ് ആൽവിങ്: ശരിയാണ്, നീയില്ലാതെ ഞാൻ കഴിഞ്ഞുകൂടി, അതു സത്യമാണ്.

(നിശ്ശബ്ദത. അന്തരീക്ഷം പതുക്കെ ഇരുളാൻ തുടങ്ങുന്നു. ഓസ്‌വോൾ ഡ് മുറിയിൽ അങ്ങോട്ടുമിങ്ങോട്ടും നടക്കുന്നു. അയാൾ ആ ചുരുട്ട് കളഞ്ഞിരിക്കുന്നു.)

ഓസ്‌വോൾഡ്: (മിസിസ് ആൽവിങ്ങിന്റെ അരികിലെത്തി നിൽക്കുന്നു.) മമ്മാ, ഞാൻ ഈ സോഫയിൽ നിങ്ങളുടെ അടുത്തിരുന്നോട്ടെ?

മിസിസ് ആൽവിങ്: (അയാൾക്കുവേണ്ടി ഇടമുണ്ടാക്കിക്കൊണ്ട്) ശരി, ഇരിക്കൂ, എന്റെ കുഞ്ഞേ.

ഓസ്‌വോൾഡ്: (ഇരിക്കുന്നു) മമ്മാ, ഒരു കാര്യം എനിക്ക് നിങ്ങളോട് പറഞ്ഞേ പറ്റൂ.

മിസിസ് ആൽവിങ്: (പിരിമുറുക്കത്തോടെ) ആകട്ടെ?

ഓസ്‌വോൾഡ്: (ശൂന്യതയിലേക്ക് തുറിച്ചുനോക്കിക്കൊണ്ട്) കാരണം ഇനിയൊട്ടും എനിക്കിത് താങ്ങാനാവില്ല.

മിസിസ് ആൽവിങ്: എന്തു താങ്ങാൻ? എന്താണത്?

ഓസ്‌വോൾഡ്: (മുൻചൊന്ന പോലെ) അതിനെക്കുറിച്ച് നിങ്ങൾക്കെഴുതാനുള്ള മനഃസാന്നിദ്ധ്യം എനിക്കുണ്ടായിരുന്നില്ല. ഇനിയിപ്പോൾ ഞാൻ വീട്ടിലെത്തിയ സ്ഥിതിക്ക്....

മിസിസ് ആൽവിങ്: (അയാളുടെ കൈയിൽ മുറുകെ പിടിച്ചുകൊണ്ട്) ഓസ്‌വോൾഡ്, എന്താണത്?

ഓസ്‌വോൾഡ്: ഇന്നലെയും പിന്നെ ഇന്നുമായി ഈ ചിന്തകളെ കുടഞ്ഞുകളയാൻ ഞാൻ ശ്രമിച്ചു... സ്വയം സ്വതന്ത്രനാവാനുള്ള പോരാട്ടം. പക്ഷേ വെറുതെ.

മിസിസ് ആൽവിങ്: (എഴുന്നേൽക്കുന്നു.) ഓസ്‌വോൾഡ്, എല്ലാം നീ എന്നോട് പറഞ്ഞേ പറ്റൂ!

ഓസ്‌വോൾഡ്: (അവരെ സോഫയിലേക്കുതന്നെ പിടിച്ചിരുത്തുന്നു.) ശാന്തമായിരിക്കൂ. ഞാനത് നിങ്ങളോട് പറയാൻ ശ്രമിക്കാം... നിങ്ങളോർക്കുന്നുണ്ടാവും... എന്റെ യാത്രാക്ഷീണത്തെപ്പറ്റി ഞാൻ ആവലാതി പറഞ്ഞുകൊണ്ടിരുന്നത്...

മിസിസ് ആൽവിങ്: അതെ, അതിന്?

ഓസ്‌വോൾഡ്: പക്ഷേ അതല്ല എന്നെ ബാധിച്ച കുഴപ്പം. ഇത് സാധാരണ തളർച്ചയല്ല...

മിസിസ് ആൽവിങ്: (ചാടിയെഴുന്നേൽക്കാൻ ശ്രമിക്കുന്നു.) നിനക്ക് അസുഖമൊന്നുമില്ലല്ലൊ, ഓസ്‌വോൾഡ്!

ഓസ്‌വോൾഡ്: (അവരെ വീണ്ടും പിടിച്ചിരുത്തിക്കൊണ്ട്) അടങ്ങിയിരിക്കൂ, മമ്മാ. വിഷമിക്കാതെ കേൾക്കൂ. യഥാർത്ഥത്തിൽ എനിക്ക് രോഗമാണെന്നു പറയാനും പറ്റില്ല. പൊതുവെ ആളുകൾ രോഗമെന്നു പറയുന്ന തരത്തിലല്ല. (തലയ്ക്ക് കൈ കൊടുത്ത്) മമ്മാ, എന്റെ മനസ്സാണ് ശിഥിലമായത്... തകർന്നുപോയി... ഇനിയൊരിക്കലും എനിക്ക് ജോലിചെയ്യാനുള്ള ശേഷിയുണ്ടാവുകയില്ല!

(അയാൾ തന്റെ കൈകൾകൊണ്ട് മുഖം പൊത്തുകയും, വിങ്ങിക്കരയുകയും, തന്റെ മമ്മയുടെ മടിയിൽ തല പൂഴ്ത്തുകയും ചെയ്യുന്നു.)

മിസിസ് ആൽവിങ്: (വിളറിയും വിറച്ചും) ഓസ്‌വോൾഡ്! എന്നെനോക്കൂ, അല്ല, അല്ല, അത് സത്യമല്ല!

ഓസ്‌വോൾഡ്: (നൈരാശ്യം നിറഞ്ഞ കണ്ണുകളോടെ മുഖമുയർത്തി നോക്കുന്നു.) ഇനിയൊരിക്കലും പ്രവർത്തിക്കാൻ കഴിയാതിരിക്കുക! ഒരിക്കലും.... ഒരിക്കലും....! ഒരു ജീവച്ഛവം പോലെ! മമ്മാ, ഇതിലും ഭീകരമായ വല്ലതും സങ്കല്പിക്കാനാവുമോ നിങ്ങൾക്ക്?

മിസിസ് ആൽവിങ്: എന്റെ പാവം കുഞ്ഞേ! ഈ ഭയങ്കര വിചാരം എങ്ങനെ നിന്നെ പിടികൂടി?

ഓസ്‌വോൾഡ്: (വീണ്ടും നിവർന്നിരുന്നുകൊണ്ട്) അതെ, അതാണെനിക്ക് ഈ ജീവിതമാകെ പരിശോധിച്ചിട്ടും മനസ്സിലാക്കാൻ കഴിയാത്തത്. ഒരിക്കലും ഞാൻ കരുതലില്ലാതെ ജീവിക്കാൻ ശീലിച്ചിട്ടില്ല. ആ വാക്കിന്റെ യാതൊരർത്ഥത്തിലും. മമ്മാ, നിങ്ങളെന്നെ വിശ്വസിച്ചേ പറ്റൂ. ഒരിക്കലും അതു ഞാൻ ചെയ്തിട്ടില്ല.

മിസിസ് ആൽവിങ്: ഓസ്‌വോൾഡ്, എനിക്കുറപ്പുണ്ട്, നീ അതു ചെയ്യില്ല.

ഓസ്‌വോൾഡ്: എന്നിട്ടും ഇങ്ങനെയൊന്ന് എന്നെ ബാധിക്കുക! ഈ ഭീകരാനുഭവം!

മിസിസ് ആൽവിങ്: ഓ, പക്ഷേ ഇതങ്ങ് മാറിക്കോളും, എന്റെ പൊന്നുമോനേ. ഞാൻ പറയുന്നതു വിശ്വസിക്കൂ, ഇത് അമിതാദ്ധ്വാനംകൊണ്ട് ഉണ്ടായതാണ്, മറ്റൊന്നുമല്ല.

ഓസ്‌വോൾഡ്: (വിരസമായി) ആദ്യമൊക്കെ ഞാനും അങ്ങനെയാണ് വിശ്വസിച്ചത്. പക്ഷേ ഇത് അതല്ല.

മിസിസ് ആൽവിങ്: എല്ലാം എന്നോടു പറയൂ, തുടക്കം മുതൽ ഇതുവരെ ഉണ്ടായതെല്ലാം.

ഓസ്‌വോൾഡ്: ശരി, അങ്ങനെയാവട്ടെ. ഞാൻ പറയാം.

മിസിസ് ആൽവിങ്: ഇങ്ങനെ എന്തെങ്കിലും നിനക്കനുഭവപ്പെടാൻ തുടങ്ങിയത് എപ്പോഴാണ്?

ഓസ്‌വോൾഡ്: കഴിഞ്ഞ തവണ ഞാൻ നാട്ടിൽ വന്നശേഷം, പാരീസിൽ തിരിച്ചെത്തിയ ഉടനെ. തലയ്ക്കകത്ത് അതികഠിനമായ വേദന

എനിക്കനുഭവപ്പെടാൻ തുടങ്ങി... പൊതുവെ ഇവിടെ തലയുടെ പിന്നിലായിട്ടാണ് അതുണ്ടാവുന്നത് എന്ന തോന്നും. അത് ശരിക്കും ഒരിരുമ്പു പട്ട കഴുത്തിൽ മുറുക്കി മേല്പോട്ട് വലിക്കുമ്പോലെയായി രിക്കും, അങ്ങ് മൂർദ്ധാവിലോളം.

മിസിസ് ആൽവിങ്: പിന്നെയോ?

ഓസ്‌വോൾഡ്: ആദ്യമൊക്കെ ഞാൻ കരുതിയത് അത് എന്നുമെനിക്കു ണ്ടാകാറുള്ള പതിവു തലവേദനയിൽക്കവിഞ്ഞൊന്നുമല്ലെന്നാണ്, ചെറുപ്പം തൊട്ടേയുള്ളത്.

മിസിസ് ആൽവിങ് : ശരി, ശരി....

ഓസ്‌വോൾഡ്: പക്ഷേ അതായിരുന്നില്ല. എനിക്കത് വേഗം ബോദ്ധ്യപ്പെട്ടു. പിന്നീടെനിക്ക് ജോലി ചെയ്യാൻ കഴിയാതായി. ഞാനൊരു പുതിയ വലിയ ചിത്രം തുടങ്ങാൻ ഉദ്ദേശിച്ചിരുന്നു. പക്ഷേ എന്റെ വൈദഗ്ദ്ധ്യം എന്നെ കൈവിടുന്നതായി എനിക്കു തോന്നി, എനിക്ക് മരവിപ്പു തോന്നി, എന്റെ ഏകാഗ്രത നഷ്ടപ്പെട്ടു, എനിക്ക് തലചുറ്റലുണ്ടായി, സർവ്വവും ചുറ്റിത്തിരിയുന്നു. ഹൊ, ഞാനൊരു ഭയാനക സ്ഥിതിയി ലായിരുന്നു! ഒടുവിൽ ഞാൻ ഡോക്ടറെ വരുത്തി... അദ്ദേഹത്തിൽ നിന്ന് ആ സത്യം ഞാൻ ഗ്രഹിക്കുകയും ചെയ്തു.

മിസിസ് ആൽവിങ്: നീ എന്താണ് പറഞ്ഞുവരുന്നത്?

ഓസ്‌വോൾഡ്: അദ്ദേഹം അവിടത്തെ പ്രമുഖ ഡോക്ടർമാരിൽ ഒരാളാണ്. എനിക്കനുഭവപ്പെട്ടതെല്ലാം അദ്ദേഹം എന്നെക്കൊണ്ട് പറയിച്ചു. തുടർന്ന് ഇതുമായി എന്തെങ്കിലും ബന്ധമുണ്ടെന്ന് എനിക്ക് തോന്നാത്ത ഒട്ടേറെ ചോദ്യങ്ങൾ അദ്ദേഹം എന്നോട് ചോദിക്കാൻ തുടങ്ങി. എനിക്കു മനസ്സിലായില്ല, എന്തു കണ്ടെത്താനാണ് ആ മനുഷ്യൻ ശ്രമിക്കുന്നതെന്ന്....

മിസിസ് ആൽവിങ്: ആവട്ടെ!

ഓസ്‌വോൾഡ്: ഒടുവിൽ അദ്ദേഹം പറഞ്ഞു: ഏറെക്കുറെ ജന്മനാ നിങ്ങൾ രോഗഗ്രസ്തനായിരുന്നു. അദ്ദേഹം ഉപയോഗിച്ച വാക്ക് കൃത്യമായും ഇതായിരുന്നു: 'വോമുലു.'

മിസിസ് ആൽവിങ്: (പിരിമുറുക്കത്തോടെ) ആ പറഞ്ഞതിന്റെ അർത്ഥമെ ന്താണ്?

ഓസ്‌വോൾഡ്: എനിക്കും അത് മനസ്സിലാക്കാനായില്ല. അതുകൊണ്ട് കുറച്ചുകൂടി വ്യക്തമായൊരു വിശദീകരണം ഞാൻ അദ്ദേഹത്തോട് ആവശ്യപ്പെട്ടു. അപ്പോൾ അദ്ദേഹം പറഞ്ഞു, ആ കിഴവൻ സിനിക്... (തന്റെ മുഷ്ടി ചുരുട്ടുന്നു) ഹോ....

മിസിസ് ആൽവിങ്: എന്താണദ്ദേഹം പറഞ്ഞത്?

ഓസ്‌വോൾഡ്: അദ്ദേഹം പറഞ്ഞു: പിതാക്കന്മാരുടെ പാപങ്ങളാൽ സന്ത തികൾ ശിക്ഷിക്കപ്പെടുന്നു.

മിസിസ് ആൽവിങ്: (പതുക്കെ എഴുന്നേൽക്കുന്നു) പിതാക്കന്മാരുടെ പാപങ്ങൾ....

ഓസ്‌വോൾഡ്: ഞാൻ അയാളുടെ മുഖമടച്ച് ഒന്നിട്ടുകൊടുക്കാനോങ്ങിയ താണ്...

മിസിസ് ആൽവിങ്: (തറയിൽ കുറുകെ നടക്കുന്നു) പിതാക്കന്മാരുടെ പാപങ്ങൾ...

ഓസ്‌വോൾഡ്: (ദുഃഖത്തോടെ പുഞ്ചിരിച്ചുകൊണ്ട്) അതെ, നിങ്ങൾക്ക് എന്തു തോന്നുന്നു? തീർച്ചയായും ഞാനദ്ദേഹത്തോട് തീർത്തുപറഞ്ഞു, അങ്ങനെയൊരു പ്രശ്നം ഉദിക്കുന്നേയില്ലെന്ന്. പക്ഷേ അയാൾ വിട്ടുമോ? ഇല്ല, അയാൾ വഴങ്ങിയില്ല. എന്നാൽ നിങ്ങളുടെ കത്തുകൾ ഞാൻ അദ്ദേഹത്തെ കാണിക്കുകയും പപ്പയെക്കുറിച്ചുള്ള നിങ്ങളുടെ ഏറ്റവും ചെറിയ പരാമർശങ്ങൾ പോലും വിവർത്തനം ചെയ്ത് കേൾപ്പിക്കുകയും ചെയ്തതോടെ....

മിസിസ് ആൽവിങ്: അതോടെ....?

ഓസ്‌വോൾഡ്: അതെ, അതോടെ സ്വാഭാവികമായും അദ്ദേഹത്തിന് സമ്മതിക്കേണ്ടിവന്നു, തന്റെ നിഗമനം തെറ്റിപ്പോയെന്ന്. അപ്പോഴാണ് ഞാൻ ആ സത്യമുൾക്കൊണ്ടത്. അവിശ്വസനീയമായ ആ സത്യം! എന്റെ സുഹൃത്തുക്കളുമൊത്ത് ഞാൻ നയിച്ച സ്വർഗ്ഗീയാനന്ദം നിറഞ്ഞ ജീവിതമുണ്ടല്ലോ, ഒരിക്കലും ഞാനതിൽ മുഴുകരുതായിരുന്നു എന്ന്. അത് എന്റെ ശരീരസ്ഥിതിക്ക് പറ്റിയതായിരുന്നില്ല. അപ്പോൾ നിങ്ങൾ മനസ്സിലാക്കിക്കൊള്ളുക, അത് ഞാൻ സ്വയം വരുത്തിവെച്ച വിനയായിരുന്നു.

മിസിസ് ആൽവിങ്: ഓസ്‌വോൾഡ്! ഓ, ഇല്ല. നീ അങ്ങനെ ചിന്തിക്കാനേ പാടില്ല.

ഓസ്‌വോൾഡ്: അദ്ദേഹം പറഞ്ഞു, സാദ്ധ്യമായ മറ്റൊരു വിശദീകരണവുമില്ല. ശരിക്കും ഭയാനകമായ വസ്തുത അതാണ്. ഒരു തകർന്ന മനുഷ്യന്റെ നൈരാശ്യത്തോടെ ശിഷ്ടജീവിതം തള്ളിനീക്കുക... എല്ലാം ഞാൻ തന്നെ വരുത്തിവെച്ച അവിവേകത്തിന്റെ ഫലവും. ജീവിതത്തിൽ ഞാൻ ചെയ്യാനാഗ്രഹിച്ചതെല്ലാം... വീണ്ടും അവയെക്കുറിച്ച് ചിന്തിക്കാൻപോലും എനിക്ക് ധൈര്യമില്ല... അവയെക്കുറിച്ചാലോചിക്കാൻ എനിക്കാവതില്ല. ഹോ, ഒരിക്കൽക്കൂടി എനിക്കെന്റെ ജീവിതം പുതുതായി തുടങ്ങാനായെങ്കിൽ... ഞാൻ ചെയ്തതെല്ലാം ഇല്ലായ്മ ചെയ്യാൻ കഴിഞ്ഞെങ്കിൽ!

(അയാൾ മുഖമടച്ച് സോഫയിലേക്ക് വീഴുന്നു. മിസിസ് ആൽവിങ് തന്റെ കൈകൾ കൂട്ടിത്തിരുമ്മുകയും ആന്തരസംഘർഷത്തോടെ അങ്ങുമിങ്ങും നടക്കുകയും ചെയ്യുന്നു)

ഓസ്‌വോൾഡ്: (നിമിഷശേഷം, കൈമുട്ടുകളൂന്നി തല പൊന്തിച്ച് നോക്കുന്നു) ഇത് പാരമ്പര്യമായി കിട്ടിയ വല്ലതും മാത്രമായിരുന്നെങ്കിൽ... ഒരാൾക്കും സ്വയം തടയാനാവാത്ത വല്ലതും. എന്നാൽ ഇതോ! ലജ്ജാകരമായി, സർവ്വവും വലിച്ചെറിയുന്നപോലെയാണിത്, വിവേകമില്ലാതെ... ചിന്താശൂന്യമായി... ആനന്ദം, ആരോഗ്യം, സകലതും... സ്വന്തം ഭാവി... സ്വന്തം ജീവിതമാകെ....!

മിസിസ് ആൽവിങ്: ഇല്ല, ഇല്ല, എന്റെ പ്രിയപ്പെട്ട പൊന്നുമോനേ! ഇത് അസംഭവ്യമാണ്. (അയാൾക്ക് മുകളിൽ കുനിയുന്നു.) നീ വിചാരിക്കുംപോലെ അത്ര നിരാശപ്പെടാൻ ഒന്നുമില്ല.

ഓസ്‌വോൾഡ്: ഹോ, നിങ്ങളറിയുന്നില്ല..... (ചാടിയെഴുന്നേൽക്കുന്നു.) പിന്നെയോ മമ്മാ, ഞാൻ മൂലം എല്ലാത്തരം ക്ലേശങ്ങളും നിങ്ങള നുഭവിക്കേണ്ടി വരും. എത്രയോ സന്ദർഭങ്ങളിൽ ഞാൻ അർദ്ധമന സ്സോടെ ആഗ്രഹിച്ചുപോയിട്ടുണ്ട്, യഥാർത്ഥത്തിൽ എന്നെച്ചൊല്ലി നിങ്ങൾ ഇത്ര വളരെ ക്ലേശിക്കാതിരുന്നെങ്കിൽ എന്ന്.

മിസിസ് ആൽവിങ്: ഹോ, ഓസ്‌വോൾഡ്, എന്റെ സ്വന്തം കുഞ്ഞേ! ഈ ലോകത്ത് എനിക്കാകെയുള്ളത് ഒന്നുമാത്രം. ക്ലേശിക്കാനായി എനിക്ക് മറ്റൊന്നുമില്ല.

ഓസ്‌വോൾഡ്: (അവരുടെ ഇരുകൈകളും കൂട്ടിപ്പിടിച്ച് അവയെ ചുംബിക്കു ന്നു) അതെ, അതെ, എനിക്കതറിയാം. വീട്ടിലെത്തുമ്പോഴെല്ലാം എനിക്കത് ശരിക്കും അനുഭവപ്പെടുന്നു. മിക്കവാറും അതാണെനിക്ക് അങ്ങേയറ്റം ദുഃസ്സഹമായ കാര്യവും-ഇപ്പോഴും, ഇപ്പോൾ നിങ്ങൾക്ക് മനസ്സിലായല്ലോ. ഏതായാലും ഇന്നിനി നമ്മൾ അതേക്കുറിച്ച് സംസാരിക്കാതിരിക്കുക. ഏറെ നേരം അതിനെക്കുറിച്ച് ചിന്തിക്കു ന്നത് അസഹ്യമാണെനിക്ക്. (മുറിയുടെ കുറുകെ നടക്കുന്നു) മമ്മാ, എനിക്കെന്തെങ്കിലും കുടിക്കാൻ തരൂ!

മിസിസ് ആൽവിങ്: കുടിക്കാൻ? ഇപ്പോൾ നിനക്കെന്തു വേണം കുടിക്കാൻ?

ഓസ്‌വോൾഡ്: ഓ, എന്തെങ്കിലും. ആ തണുത്ത നാടൻ ഇത്തിരി കരുതിവെ ച്ചിട്ടുണ്ടാവില്ലേ, സുഗന്ധദ്രവ്യങ്ങൾ ചേർത്ത് പ്രത്യേകം വാറ്റിയ...., ഉണ്ടാവണമല്ലോ?

മിസിസ് ആൽവിങ്: ഉണ്ട്, പക്ഷേ എന്റെ പ്രിയപ്പെട്ട ഓസ്‌വോൾഡ്...

ഓസ്‌വോൾഡ്: അതിന് എന്നോട് ഈർഷ്യപ്പെടല്ലേ, മമ്മാ, ദയവായി! എന്റെ സ്വൈരം കെടുത്തുന്ന ഈ സർവ്വചിന്തകളേയും നിർവീ ര്യമാക്കാൻ എന്തെങ്കിലുമൊന്ന് കൂടിയേ കഴിയൂ. (അയാൾ തോട്ടപ്പു രയിലേക്ക് പോകുന്നു.) എന്തൊരു... എന്തൊരന്ധകാരമാണിവിടെ! (മിസിസ് ആൽവിങ് വലതുവശത്തെ മണിച്ചരട് വലിക്കുന്നു) ഈ ശമനമില്ലാത്ത മഴയും! ആഴ്ച തോറും ഇതിങ്ങനെ തുടരും. മാസങ്ങ ളോളം നീണ്ടുനിൽക്കും. ഒരിക്കലുമില്ല സൂര്യന്റെ ഒരു ക്ഷണപ്രഭയെ ങ്കിലും. ഞാൻ വീടെത്തുമ്പോഴെല്ലാം, ഒരിക്കലെങ്കിലും സൂര്യനെ കണ്ടതായി ഓർക്കാനാവുന്നില്ല.

മിസിസ് ആൽവിങ്: ഓസ്‌വോൾഡ്... നീ എന്നെ വിട്ടു പോകാൻ ആലോ ചിക്കുകയാണ്!

ഓസ്‌വോൾഡ്: ഹ്ം.... (ദീർഘമായി നിശ്വസിക്കുന്നു) ഞാൻ യാതൊന്നി നെപ്പറ്റിയും ആലോചിക്കുന്നില്ല. ഒന്നിനെപ്പറ്റിയുമാലോചിക്കാൻ എനിക്കാവതില്ല! (താഴ്ന്ന സ്വരത്തിൽ) ആലോചനയോട് ഞാൻ വിട പറഞ്ഞിരിക്കുന്നു.

റെജീന: (ഊൺമുറിയിൽനിന്ന്) നിങ്ങൾ മണിയടിച്ചോ, മാം?

മിസിസ് ആൽവിങ്: അടിച്ചു, ദയവായി വിളക്ക് കൊണ്ടുവരാമോ?

റെജീന: ഉടനെ കൊണ്ടുവരാം, മാം. അത് കത്തിച്ചു വെച്ചിട്ടുണ്ട്.(അവൾ പുറത്തേക്ക് പോകുന്നു)

മിസിസ് ആൽവിങ്: (ഓസ്‌വോൾഡിനടുത്തേക്ക് നടക്കുന്നു) ഓസ്‌വോൾഡ്, എന്നിൽനിന്ന് യാതൊന്നും ഒളിച്ചുവെക്കരുത്.

ഓസ്‌വോൾഡ്: ഇല്ല മമ്മാ, ഞാൻ ഒളിക്കുന്നില്ല. (അയാൾ മേശയ്ക്കരികിലേക്ക് നടക്കുന്നു) ഞാൻ നിങ്ങളോട് ഒരുപാട് പറഞ്ഞുകഴിഞ്ഞതായി എനിക്ക് തോന്നുന്നു.

(റെജീന വിളക്ക് കൊണ്ടുവരികയും അത് മേശപ്പുറത്ത് വെക്കുകയും ചെയ്യുന്നു)

മിസിസ് ആൽവിങ്: പിന്നെ റെജീനാ, നീ ഞങ്ങൾക്കായി ഒരു അരക്കുപ്പി ഷാംപെയ്ൻ കൊണ്ടുവന്നാൽ നന്നായിരിക്കും.

റെജീന: ശരി, മാം.

(അവൾ വീണ്ടും പുറത്തേക്ക് പോകുന്നു)

ഓസ്‌വോൾഡ്: (തന്റെ കൈ മിസിസ് ആൽവിങ്ങിന്റെ കഴുത്തിൽ ചുറ്റുന്നു) അതാണതിന്റെ രീതി. എനിക്കറിയാം, എന്റെ മമ്മ തന്റെ മകനെ ദാഹിക്കാൻ വിടുകയില്ലെന്ന്.

മിസിസ് ആൽവിങ്: എന്റെ പാവം അരുമക്കുഞ്ഞേ, ഈയവസ്ഥയിൽ നിനക്കെന്തെങ്കിലും നിഷേധിക്കാൻ എനിക്കെങ്ങനെ സാധ്യമാകും?

ഓസ്‌വോൾഡ്: (ആകാംക്ഷയോടെ) അത് സത്യമാണോ, മമ്മാ? നിങ്ങളിത് കാര്യമായി പറയുന്നതാണോ?

മിസിസ് ആൽവിങ്: എന്ത്?

ഓസ്‌വോൾഡ്: ഒന്നും എനിക്ക് നിഷേധിക്കാൻ മമ്മയെക്കൊണ്ടാവില്ലെന്ന്.

മിസിസ് ആൽവിങ്: പക്ഷേ എന്റെ പൊന്ന് ഓസ്‌വോൾഡ്...

ഓസ്‌വോൾഡ്: ശ്ശ്!

(റെജീന ഒരു ട്രേയിൽ അരക്കുപ്പി ഷാംപെയ്നും രണ്ടു ഗ്ലാസുകളുമായി വരുന്നു, അവൾ അത് മേശപ്പുറത്ത് വെക്കുന്നു.)

റെജീന: ഞാൻ തുറക്കണോ...?

ഓസ്‌വോൾഡ്: വേണ്ട, നന്ദി, ഇതു ഞാൻ തന്നെ തുറന്നോളാം. (റെജീന വീണ്ടും പുറത്തേക്ക് പോകുന്നു)

മിസിസ് ആൽവിങ്: (മേശയ്ക്കരികിലായി ഇരിക്കുന്നു) നിന്റെ മനസ്സിലെന്തായിരുന്നു... ഞാൻ നിനക്ക് ഒന്നും നിഷേധിക്കുകയില്ലെന്നു പറഞ്ഞപ്പോൾ?

ഓസ്‌വോൾഡ്: (ധൃതിയിൽ കുപ്പി തുറന്നുകൊണ്ട്) ആദ്യം നമുക്ക് ഓരോ ഗ്ലാസ്... അല്ലെങ്കിൽ രണ്ട്.

(അടപ്പ് തുറന്നുകൊണ്ട്, അയാൾ ഒരു ഗ്ലാസ് നിറയ്ക്കുകയും മറ്റേത് നിറയ്ക്കാനായുകയും ചെയ്യുന്നു.)

മിസിസ് ആൽവിങ്: (അതിന്റെ മേലെ തന്റെ കൈ വെച്ച്) വേണ്ട, നന്ദി... എനിക്കൊഴിക്കണ്ട.

ഓസ്‌വോൾഡ്: ശരി, അങ്ങനെയാവട്ടെ. അപ്പോൾ അതും എനിക്കൊഴിക്കാം!

(അയാൾ തന്റെ ഗ്ലാസ് കാലിയാക്കുന്നു, വീണ്ടും അതു നിറച്ച് അതും കാലിയാക്കുന്നു; തുടർന്ന് അയാൾ മേശയ്ക്കരികിലായി ഇരിക്കുന്നു)

മിസിസ് ആൽവിങ്: (പ്രതീക്ഷാനിർഭരമായി) അപ്പോൾ?

ഓസ്‌വോൾഡ്: (അവരുടെ നേർക്ക് നോക്കാതെ) എന്നോട് പറയൂ... ഭക്ഷണസമയത്ത് നിങ്ങളും പാസ്റ്റർ മാൻഡേഴ്സും അസാധാരണ മട്ടിലായിരുന്നു എന്ന് എനിക്കു തോന്നി... ഹ്ം.....മിണ്ടാട്ടമില്ലാതെ.

മിസിസ് ആൽവിങ്: നീ ശ്രദ്ധിച്ചോ?

ഓസ്‌വോൾഡ്: ഉവ്വ്. ഹ്ഉം... (ഒരു നിമിഷത്തെ നിശ്ശബ്ദതയ്ക്കു ശേഷം) ഇനി പറയൂ, റെജീനയെക്കുറിച്ച് നിങ്ങളുടെ അഭിപ്രായമെന്താണ്?

മിസിസ് ആൽവിങ്: അവളെക്കുറിച്ചുള്ള എന്റെ അഭിപ്രായമോ?

ഓസ്‌വോൾഡ്: അതെ, അവൾ സുന്ദരിയല്ലേ?

മിസിസ് ആൽവിങ്: എന്റെ കുഞ്ഞേ, എനിക്കറിയാവുന്നത്രയും നിനക്കറിയില്ല അവളെ...

ഓസ്‌വോൾഡ്: ഓഹോ?

മിസിസ് ആൽവിങ്: നിർഭാഗ്യവശാൽ റെജീന ഏറെക്കാലം ആ വീട്ടിൽ കഴിഞ്ഞു. കുറേക്കൂടി നേരത്തേ ഞാനവളെ ഇങ്ങോട്ടു കൊണ്ടുവരേണ്ടതായിരുന്നു.

ഓസ്‌വോൾഡ്: ശരി, പക്ഷേ അവൾ കാഴ്ചയ്ക്ക് സുന്ദരിയല്ലേ, മമ്മാ?
(അയാൾ തന്റെ ഗ്ലാസ് നിറയ്ക്കുന്നു)

മിസിസ് ആൽവിങ്: അവൾക്ക് കാര്യമായ പല പോരായ്മകളുമുണ്ട്.

ഓസ്‌വോൾഡ്: ആകട്ടെ, അതിനെന്താണ് പ്രാധാന്യം?

(അയാൾ വീണ്ടും കുടിക്കുന്നു.)

മിസിസ് ആൽവിങ്: എന്തൊക്കെയാണെങ്കിലും ശരി, എനിക്കവളെ ഇഷ്ടമാണ്, അവളോടെനിക്ക് ഉത്തരവാദിത്വമുണ്ട്. അവൾക്ക് എന്തെങ്കിലുമൊരു ദോഷം വരാൻ ഇട കൊടുക്കുകയില്ല ഞാൻ.

ഓസ്‌വോൾഡ്: (ചാടിയെഴുന്നേൽക്കുന്നു.) മമ്മാ, റെജീനയാണെന്റെ ഒരേയൊരു പ്രത്യാശ!

മിസിസ് ആൽവിങ്: (എഴുന്നേറ്റുകൊണ്ട്) എന്നതുകൊണ്ട് നീ എന്താണുദ്ദേശിക്കുന്നത്?

ഓസ്‌വോൾഡ്: മനസ്സിന്റെ ഈ കഠിന പീഡകളെല്ലാം ഒറ്റയ്ക്കു സഹിച്ച് മുന്നോട്ടു പോകാൻ എനിക്കാവില്ല.

മിസിസ് ആൽവിങ്: അതു സഹിക്കാൻ നിനക്ക് നിന്റെ മമ്മയുണ്ടല്ലോ കൂടെ?

ഓസ്‌വോൾഡ്: അതെ, അതാണ് ഞാനും ചിന്തിച്ചത്. അതുകൊണ്ടാണ് ഞാൻ ഇവിടെ നിങ്ങളുടെ അടുത്തേക്ക് വന്നതും. പക്ഷേ അത് വെറുതെയാണ്. അതുകൊണ്ട് യാതൊരു പ്രയോജനവുമില്ലെന്ന് ഞാൻ മനസ്സിലാക്കുന്നു. ഇവിടത്തെ ജീവിതം എനിക്ക് താങ്ങാനാവില്ല.

മിസിസ് ആൽവിങ്: ഓസ്‌വോൾഡ്!

ഓസ്‌വോൾഡ്: മമ്മാ, എനിക്ക് വ്യത്യസ്തമായ മറ്റൊരു ജീവിതം ജീവിച്ചേ കഴിയൂ. അത് നിങ്ങളുടെ കാഴ്ചവട്ടത്തിലാവാൻ ഞാൻ ആഗ്രഹിക്കുന്നില്ല.

മിസിസ് ആൽവിങ്: എന്റെ പാവം മോനേ! എങ്കിലും ഓസ്‌വോൾഡ്, നിനക്കിങ്ങനെ സുഖമില്ലാത്ത സ്ഥിതിയിൽ.....

ഓസ്‌വോൾഡ്: ഈ അസുഖം മാത്രമായിരുന്നെങ്കിൽ, മമ്മാ പൂർണ്ണമനസ്സോടെ നിങ്ങളുടെ കൂടെ കഴിയാൻ ഞാൻ തയ്യാറാകുമായിരുന്നു. കാരണം ഈ ലോകത്ത് എനിക്കുള്ള ഉത്തമ മിത്രം നിങ്ങളാണ്.

മിസിസ് ആൽവിങ്: അതെ, ഓസ്‌വോൾഡ്, അതു ഞാനാണ്, അല്ലാതാര്?

ഓസ്‌വോൾഡ്: (അസ്വസ്ഥനായി അങ്ങുമിങ്ങും ചുറ്റിത്തിരിഞ്ഞുകൊണ്ട്) പക്ഷേ ഇതിന്റെ യാതനയെല്ലാം, ഈ കഠിന വേദന, ഈ പശ്ചാത്താപം.... പിന്നെ ഈ കൊടും ഭീതിയും... ഓ .... ഈ ഭീകരമായ ഭയാനുഭവം!

മിസിസ് ആൽവിങ്: (അയാളെ പിന്തുടർന്ന്) ഭയം? എന്തു ഭയാനുഭവം? നീ പറയുന്നതിന്റെ പൊരുളെന്താണ്?

ഓസ്‌വോൾഡ്: ഓ, ഇനി എന്നോടൊന്നും ചോദിക്കാതിരിക്കൂ. എനിക്കറിയില്ല. എനിക്കത് നിങ്ങളോടു പറഞ്ഞു ഫലിപ്പിക്കാനാവില്ല. (മിസിസ് ആൽവിങ് വലതുവശത്തേക്ക് നടന്ന് മണിച്ചരട് വലിക്കുന്നു) എന്താണ് നിങ്ങൾക്കു വേണ്ടത്?

മിസിസ് ആൽവിങ്: എനിക്ക് എന്റെ കുട്ടിയെ സന്തോഷവാനായി കാണണം, അതാണെനിക്കു വേണ്ടത്. അവൻ ഇങ്ങനെ പരിതപിച്ചുകഴിയരുത്. (വാതിൽക്കൽ പ്രത്യക്ഷപ്പെടുന്ന റെജീനയോട്) ഇനിയും ഷാംപെയ്ൻ. ഒരു മുഴുക്കുപ്പി.

(റെജീന പോകുന്നു)

ഓസ്‌വോൾഡ്: മമ്മാ!

മിസിസ് ആൽവിങ്: ഒരുപക്ഷേ നീ കരുതുന്നുണ്ടാവാം ഈ നാട്ടുമ്പുറത്ത് എങ്ങനെ ജീവിക്കണമെന്നറിയാത്തവരാണ് ഞങ്ങളെന്ന്?

ഓസ്‌വോൾഡ്: അവൾ അതിമനോഹരിയല്ലേ? എന്തൊരു ശരീരവടിവ്! പിന്നെ നല്ല ആരോഗ്യവും!

മിസിസ് ആൽവിങ്: (മേശയുടെ അരികിലായി ഇരിക്കുന്നു) ഇരിക്കൂ, ഓസ്‌വോൾഡ്, നമുക്ക് ശാന്തമായിരുന്ന് കാര്യങ്ങൾ സംസാരിക്കാം.

ഓസ്‌വോൾഡ്: (ഇരിക്കുന്നു) നിങ്ങൾ അറിയാനിടയില്ല, മമ്മാ, റെജീനയ്ക്ക് ഞാൻ ഒരു വാക്ക് കൊടുത്തത് എനിക്ക് പാലിക്കാനുണ്ടെന്ന കാര്യം.

മിസിസ് ആൽവിങ്: നീ വാക്കു കൊടുത്തോ?

ഓസ്‌വോൾഡ്: ചെറിയൊരവിവേകം... അഥവാ നിങ്ങളുടെ ഇഷ്ടംപോലെ എങ്ങനെയും വിശേഷിപ്പിക്കാം. എല്ലാം വളരെ നിഷ്ക്കളങ്കമായും ആകസ്മികമായും. കഴിഞ്ഞ തവണ ഞാൻ നാട്ടിൽ വന്നപ്പോൾ...

മിസിസ് ആൽവിങ്: ശരി?

ഓസ്‌വോൾഡ്: .... എന്നും അവൾ എന്നോട് പാരീസിനെക്കുറിച്ച് ചോദിക്കുമായിരുന്നു, അവിടത്തെ വിശേഷങ്ങളെക്കുറിച്ച് ഞാനും ഓരോന്ന് പറയുമായിരുന്നു. അങ്ങനെ ഒരു ദിവസം അവളോടു ഞാൻ ചോദിച്ചുപോയതായി ഓർക്കുന്നു: 'എന്താ, നിനക്കും വരണമെന്നു തോന്നുന്നുണ്ടോ?'

മിസിസ് ആൽവിങ്: എന്നിട്ട്?

ഓസ്‌വോൾഡ്: അവൾ തുടുക്കുന്നത് ഞാൻ കണ്ടു, എന്നിട്ടവൾ പറഞ്ഞു:

'ഉണ്ട്, എനിക്ക് വരണമെന്നുണ്ട്.' 'അങ്ങനെയാവട്ടെ,' ഞാൻ പറഞ്ഞു, 'നമുക്കതിന് വഴിയുണ്ടാക്കാം'... അഥവാ അങ്ങനെയെന്തോ.

മിസിസ് ആൽവിങ്: ശരി?

ഓസ്‌വോൾഡ്: തീർച്ചയായും അതൊക്കെ ഞാൻ പാടേ മറന്നു കഴിഞ്ഞിരുന്നു. പക്ഷേ രണ്ടു ദിവസം മുമ്പ്, ഞാൻ കുറേക്കാലം ഇവിടെത്തന്നെയങ്ങ് താമസിക്കാൻ പോകുന്നതിൽ അവൾക്ക് സന്തോഷം തന്നെയല്ലേ എന്നു ചോദിക്കാനിട വന്നപ്പോൾ....

മിസിസ് ആൽവിങ്: ശരി?

ഓസ്‌വോൾഡ്: .... അവൾ എന്നെ കളിയാക്കുംപോലെ നോക്കീട്ടു പറഞ്ഞു: 'അപ്പോൾ എന്റെ പാരീസ് യാത്രയെക്കുറിച്ച് എന്തു പറയുന്നു?'

മിസിസ് ആൽവിങ്: അവളുടെ യാത്ര!

ഓസ്‌വോൾഡ്: പിന്നെ അവൾ ഇങ്ങനെ തുറന്നടിച്ചു: അവൾ അതെല്ലാം ഗൗരവത്തിലെടുത്തിട്ടുണ്ടെന്നും, അവൾ ഇക്കാലമത്രയും എന്നെക്കുറിച്ചാലോചിക്കുകയായിരുന്നെന്നും, അവൾ ഫ്രഞ്ച് പഠിക്കാൻ തുടങ്ങിയതായിപ്പോലും....

മിസിസ് ആൽവിങ്: അപ്പോൾ അതുകൊണ്ടാണ്....

ഓസ്‌വോൾഡ്: മമ്മാ... ഈ പെൺകുട്ടി അത്രയേറെ സുന്ദരിയായി ഇവിടെ നിൽക്കുന്നതു കണ്ടപ്പോൾ, അത്ര വളരെ മനോഹരിയും ഊർജ്ജസ്വലയുമായി... യഥാർത്ഥത്തിൽ മുമ്പൊരിക്കലും അവളെ ഞാൻ കാര്യമായി ശ്രദ്ധിച്ചിരുന്നില്ല.... എന്നാൽ ഇരു കൈകളും നീട്ടി എന്നെ സ്വീകരിക്കാനെന്ന പോലെ അവൾ ഇവിടെ നിൽക്കുന്നതു കണ്ടപ്പോൾ....

മിസിസ് ആൽവിങ്: ഓസ്‌വോൾഡ്!

ഓസ്‌വോൾഡ്: .... അപ്പോഴാണ് ഞാൻ തിരിച്ചറിഞ്ഞത് എന്റെ വിമോചനം അവളിലൂടെയാണെന്ന്. കാരണം അവളിൽ ജീവിതാനന്ദം തുളുമ്പി നിന്നിരുന്നു.

മിസിസ് ആൽവിങ്: (നടുങ്ങുന്നു) ജീവിതാനന്ദം....? അതിൽ, അതിലൂടെ സാദ്ധ്യമാണോ വിമോചനം?

റെജീന: (ഊൺമുറിയിൽനിന്ന് ഒരു കുപ്പി ഷാംപെയ്നുമായി വന്ന്) ഇത്ര വൈകിയതിൽ എന്നോട് ക്ഷമിക്കണം, പക്ഷേ എനിക്ക് താഴെ നിലവറയിൽ പോകേണ്ടി വന്നു...

(അവൾ ആ കുപ്പി മേശപ്പുറത്ത് വെക്കുന്നു.)

ഓസ്‌വോൾഡ്: മറ്റൊരു ഗ്ലാസ് കൂടി കൊണ്ടുവരൂ.

റെജീന: (അത്ഭുതപ്പെട്ട് അയാളെ നോക്കുന്നു.) മിസിസ് ആൽവിങ്ങിന്റെ ഗ്ലാസ് അവിടെയുണ്ടല്ലോ, മിസ്റ്റർ ആൽവിങ്.

ഓസ്‌വോൾഡ്: ഉണ്ട്. എന്നാൽ നിനക്കു വേണ്ടിയും ഒന്ന് കൊണ്ടുവരൂ, റെജീനാ, (റെജീന ഞെട്ടുന്നു, മിസിസ് ആൽവിങ്ങിന്റെ നേർക്ക് പേടിയോടെ പാളി നോക്കുന്നു.) എന്താ?

റെജീന: (മൃദുവായും മടിയോടെയും) മിസിസ് ആൽവിങ്ങിന് വിരോധമില്ലെങ്കിൽ....

മിസിസ് ആൽവിങ്: ഗ്ലാസ് കൊണ്ടുവരൂ, റെജീനാ.

(റെജീന ഊൺമുറിയിലേക്ക് പോകുന്നു)

ഓസ്‌വോൾഡ്: (അവളെ നിരീക്ഷിച്ചുകൊണ്ട്) അവളുടെ ആ നടപ്പ് നിങ്ങൾ ശ്രദ്ധിച്ചിട്ടുണ്ടോ? എത്ര ശക്തവും, ദൃഢവും, അചഞ്ചലവും.

മിസിസ് ആൽവിങ്: ഓസ്‌വോൾഡ്, ഇത് അസാദ്ധ്യമാണ്!

ഓസ്‌വോൾഡ്: അതെല്ലാം തീരുമാനിക്കപ്പെട്ടു കഴിഞ്ഞു. അത് നിങ്ങൾ ഉൾക്കൊള്ളണം. ഇനി എന്തൊക്കെ പറഞ്ഞാലും പ്രയോജനമില്ല. *(റെജീന ഒരു ഒഴിഞ്ഞ ഗ്ലാസുമായി പ്രവേശിക്കുന്നു. അവൾ അത് കൈയിൽത്തന്നെ വെക്കുന്നു.)* ഇരിക്കൂ, റെജീനാ. *(റെജീന ചോദ്യഭാവത്തിൽ മിസിസ് ആൽവിങ്ങിനെ നോക്കുന്നു.)*

മിസിസ് ആൽവിങ്: ഇരിക്കൂ. (റെജീന ഊൺമുറിയുടെ വാതിലിന്നടുത്തുള്ള ഒരു കസേരയിലിരിക്കുന്നു, അപ്പോഴും ആ ഗ്ലാസ് അവളുടെ കൈയിൽത്തന്നെയുണ്ട്.) ഓസ്‌വോൾഡ്... ജീവിതാനന്ദത്തെക്കുറിച്ച് നീ പറഞ്ഞത് എന്തായിരുന്നു?

ഓസ്‌വോൾഡ്: അതെ, മമ്മാ, ജീവിതാനന്ദം... ഈ ഇത്തിരി വട്ടത്തിൽ നിന്ന് അതിനെപ്പറ്റി നിങ്ങൾക്ക് ഏറെയൊന്നും അറിയാനാവില്ല. ഇവിടെ വെച്ച് ഒരിക്കലും എനിക്കത് അനുഭവപ്പെട്ടിട്ടില്ല.

മിസിസ് ആൽവിങ്: നീ എന്നോടൊപ്പം ആയിരിക്കുമ്പോൾ പോലും?

ഓസ്‌വോൾഡ്: ഞാൻ വീട്ടിലായിരിക്കുമ്പോൾ ഒരിക്കലും. പക്ഷേ നിങ്ങൾക്ക് മനസ്സിലാവില്ല.

മിസിസ് ആൽവിങ്: അതെ, എനിക്ക് മനസ്സിലാവുന്നു.... ഞാൻ മനസ്സിലാക്കാൻ തുടങ്ങുന്നു.... ഇപ്പോൾ.

ഓസ്‌വോൾഡ്: അതും.... പിന്നെ അദ്ധ്വാനത്തിന്റെ ആനന്ദവും. അതെ, വാസ്തവത്തിൽ അവ രണ്ടും ഒന്നു തന്നെ. പക്ഷേ ആ രണ്ടിനെക്കുറിച്ചും ഇവിടത്തെ ആളുകൾക്ക് യാതൊന്നുമറിയില്ല.

മിസിസ് ആൽവിങ്: ഒരുപക്ഷേ നീ പറയുന്നതായിരിക്കും ശരി. ഓസ്‌വോൾഡ്, അതിനെക്കുറിച്ച് കൂടുതലായി എനിക്കു പറഞ്ഞു തരിക.

ഓസ്‌വോൾഡ്: ശരി, ഞാൻ പറയുന്നതിന്റെ സാരമെന്തെന്നാൽ, ഇവിടെയുള്ള ആളുകളെ ചെറുപ്പം തൊട്ടേ പഠിപ്പിച്ചിരിക്കുന്നത് അദ്ധ്വാനമെന്നാൽ ഒരു ശാപമാണെന്നു വിശ്വസിക്കാനാണ് അവരുടെ പാപങ്ങൾക്കുള്ള ഒരുതരം ശിക്ഷയാണെന്നും. അതും പോരാതെ; ജീവിതമെന്നാൽ ദുരിതപൂർണ്ണമായ ഒരുവക ഏർപ്പാടാണെന്നും, അതു നാം എത്രയും വേഗം കഴിച്ചു കൂട്ടുന്നോ അത്രയും നമുക്കോരോരുത്തർക്കും നന്നായിരിക്കുമെന്നും.

മിസിസ് ആൽവിങ്: എനിക്കറിയാ, കണ്ണീരിന്റെ ഒരു താഴ്‌വാരം. പിന്നെ നാം നമ്മുടെ നാരകീയത കൊണ്ട് അതങ്ങനെ ആക്കിത്തീർക്കുകയും ചെയ്യുന്നു.

ഓസ്‌വോൾഡ്: പക്ഷേ മറ്റുള്ളിടത്തെ ആളുകൾ ഇതൊന്നും അങ്ങനെ അനുവദിച്ചു കൊടുക്കുന്നവരല്ല. യഥാർത്ഥത്തിൽ ഇത്തരം ആശയങ്ങളിൽ

വിശ്വസിക്കുന്നവരായി ആരും എവിടെയുമില്ല. മറുനാട്ടുകളിൽ കഴിയുന്നവർ ജീവിതത്തെ കാണുന്നത് വിസ്മയകരമായൊരു ആനന്ദാനുഭവമായിട്ടാണ്. മമ്മാ, ഞാൻ ഇന്നേവരെ വരച്ച ചിത്രങ്ങളെല്ലാം എപ്രകാരം ഈ ജീവിതാനന്ദത്തെ പ്രതിഫലിപ്പിക്കുന്നുവെന്ന് നിങ്ങൾ ശ്രദ്ധിച്ചിട്ടുണ്ടോ? കേവലമായ ഈ ജീവിതാനന്ദത്തിന്റെ നൈരന്തര്യം. വെളിച്ചവും സൂര്യപ്രകാശവും ഒഴിവുദിനത്തിന്റെ ഉല്ലാസത്തിമിർപ്പും.... ദീപ്തമായ സന്തുഷ്ടമുഖങ്ങളും. അതുകൊണ്ടാണ് ഞാൻ ഇവിടെ നിങ്ങൾക്കൊപ്പം കഴിയാൻ ഭയപ്പെടുന്നത്.

മിസിസ് ആൽവിങ്: ഭയപ്പെടുന്നോ? ഇവിടെ എന്റെ കൂടെയാവുമ്പോൾ, നിന്നെ ഭയപ്പെടുത്തുന്നതായി എന്താണുള്ളത്?

ഓസ്‌വോൾഡ്: ഞാൻ വിലമതിക്കുന്നതെല്ലാം ഇവിടെ ദൂഷിച്ച് വിലക്ഷണമായിപ്പോകുന്നതിനെയാണ് ഞാൻ ഭയക്കുന്നത്.

മിസിസ് ആൽവിങ്: (ദുസ്സഹമായി അയാളെ നോക്കുന്നു) അങ്ങനെ സംഭവിക്കുമെന്ന് നീ വിചാരിക്കുന്നു?

ഓസ്‌വോൾഡ്: അത് എനിക്കു ബോദ്ധ്യപ്പെട്ടിരിക്കുന്നു. മറുനാട്ടിൽ ജീവിക്കുന്ന അതേ ജീവിതം ഇവിടെയും ജീവിക്കുക, എന്നാലും അത് അതുപോലെയാവില്ല.

മിസിസ് ആൽവിങ്: (ഏകാഗ്രതയോടെ ശ്രദ്ധിക്കുകയായിരുന്നു, ചിന്താകുലമായി വികസിച്ച കണ്ണുകളോടെ എഴുന്നേൽക്കുന്നു.)

ഇപ്പോൾ ഞാൻ സമസ്തവും തിരിച്ചറിയുന്നു.

ഓസ്‌വോൾഡ്: നിങ്ങൾ എന്താണ് തിരിച്ചറിയുന്നത്?

മിസിസ് ആൽവിങ്: ഇതാദ്യമായിട്ടാണ് ഞാൻ തിരിച്ചറിയുന്നത്. ഇനി എനിക്ക് സംസാരിക്കാം.

ഓസ്‌വോൾഡ്: (എഴുന്നേറ്റുകൊണ്ട്.) മമ്മാ, നിങ്ങൾ പറയുന്നത് എനിക്ക് മനസ്സിലാവുന്നില്ല.

റെജീന: (അവളും എഴുന്നേറ്റുകഴിഞ്ഞു.) ഒരുപക്ഷേ ഞാൻ പോകുന്നതാവും നല്ലത്?

മിസിസ് ആൽവിങ്: വേണ്ട, അവിടെ ഇരിക്ക്. ഇനി എനിക്ക് സംസാരിക്കാം. ഇനി എന്റെ മോൻ സകല #ൊതും അറിഞ്ഞേ പറ്റൂ. എന്നിട്ട് നിങ്ങൾക്കു തീരുമാനിക്കാം. ഓസ്‌വോൾഡ്! റെജീനാ!

ഓസ്‌വോൾഡ്: ശ്ശ്! ആ പാസ്റ്റർ....

മാൻഡേഴ്സ്: (ഹാൾവാതിൽ വഴി പ്രവേശിക്കുന്നു.) കൊള്ളാം! അവിടെ ഞങ്ങൾ അങ്ങേയറ്റം സൗഹൃദത്തോടെ ഇത്തിരി നേരം സംസാരിച്ചിരിക്കുകയായിരുന്നു.

ഓസ്‌വോൾഡ്: അതുപോലെ ഞങ്ങൾ ഇവിടെയും.

മാൻഡേഴ്സ്: എങ്സ്ട്രാന്റിനെ അയാളുടെ നാവികാലയത്തിന്റെ കാര്യത്തിൽ നമ്മൾ സഹായിച്ചേ കഴിയൂ. ഒരു കൈ സഹായത്തിന് റെജീന അയാളുടെ കൂടെ പോവുകയും വേണം....

റെജീന: ഇല്ല, പാസ്റ്റർ, അവിടുത്തേക്ക് നന്ദി.

മാൻഡേഴ്സ്: (ഇപ്പോൾ മാത്രം അവളെ കാണുന്നു.) എന്ത്...? നീ ഇവിടെ, അതും കൈയിലൊരു ഗ്ലാസുമായിട്ട്!

റെജീന: (പെട്ടെന്ന് ഗ്ലാസ് താഴെ വെക്കുന്നു.) മാപ്പ്!

ഓസ്‌വോൾഡ്: റെജീന എന്റെ കൂടെ പോരുകയാണ്, പാസ്റ്റർ.

മാൻഡേഴ്സ്: നിങ്ങളുടെ കൂടെ പോരുന്നോ!

ഓസ്‌വോൾഡ്: അതെ, എന്റെ ഭാര്യയായി... അപ്രകാരം അവൾ ആഗ്രഹിക്കുന്നുവെങ്കിൽ.

മാൻഡേഴ്സ്: പക്ഷേ, എന്റെ ദൈവമേ....!

റെജീന: എന്നെ കുറ്റപ്പെടുത്തല്ലേ, പാസ്റ്റർ.

ഓസ്‌വോൾഡ്: അഥവാ ഞാൻ ഇവിടെ തങ്ങുകയാണെങ്കിൽ അവളും ഇവിടെത്തന്നെ കഴിയും.

റെജീന: (സ്വയമറിയാതെ) ഇവിടെയോ!

മാൻഡേഴ്സ്: നിങ്ങളെന്നെ നടുക്കുന്നു, മിസിസ് ആൽവിങ്.

മിസിസ് ആൽവിങ്: ഈ രണ്ടു കാര്യങ്ങളും നടക്കാൻ പോകുന്നില്ല. കാരണം ഇപ്പോളെനിക്ക് തുറന്നടിച്ച് പറയാനാവും.

മാൻഡേഴ്സ്: പക്ഷേ നിങ്ങൾക്കാവില്ല. ഇല്ല, ഇല്ല, ഇല്ല!

മിസിസ് ആൽവിങ്: ഓ, എനിക്കാവും, ആയേ പറ്റൂ. അതുമൂലം ആരുടേയും ആദർശവാദങ്ങൾ ഹനിക്കപ്പെടാനും പോകുന്നില്ല.

ഓസ്‌വോൾഡ്: മമ്മാ, എന്തോ ഒന്ന് എന്നിൽനിന്നും മറച്ചു വെക്കപ്പെട്ടിരിക്കുന്നു! എന്താണത്?

റെജീന: (ശ്രദ്ധിച്ചുകൊണ്ട്) മിസിസ് ആൽവിങ്! ശ്രദ്ധിക്കൂ! പുറത്ത് അവരെന്തോ വിളിച്ചുപറയുന്നു.

(അവൾ തോട്ടപ്പുരയിലേക്കു കടന്ന് പുറത്തേക്ക് നോക്കുന്നു.)

ഓസ്‌വോൾഡ്: (ഇടത്തേ ജാലകത്തിനടുത്തു ചെന്ന്) എന്താണ് സംഭവിക്കുന്നത്? ആ കണ്ണഞ്ചിക്കുന്ന പ്രകാശം എവിടെ നിന്ന് വരുന്നു?

റെജീന: അനാഥാലയത്തിന് തീ പിടിച്ചു!

മിസിസ് ആൽവിങ്: (ജാലകത്തിനു നേരെ) തീ പിടിച്ചോ!

മാൻഡേഴ്സ്: തീ പിടിച്ചെന്നോ? അസാദ്ധ്യം! ഞാനിപ്പോൾ അവിടെ ഉണ്ടായിരുന്നതല്ലേ.

ഓസ്‌വോൾഡ്: എന്റെ തൊപ്പിയെവിടെ? ഓ, അതു പോട്ടെ.... പപ്പയുടെ സ്മാരക മന്ദിരം....!

(അയാൾ തോട്ടത്തിലേക്കോടുന്നു.)

മിസിസ് ആൽവിങ്: റെജീനാ, എന്റെ ഷാൾ! അതിനെയാകെ തീ വിഴുങ്ങുകയാണ്.

മാൻഡേഴ്സ്: ഭീകരം! മിസിസ് ആൽവിങ്, ഇത് പാപഗ്രസ്തമായ ഈ വീടിന്മേലുള്ള കത്തിക്കാളുന്ന ശിക്ഷാവിധിയാണ്.

മിസിസ് ആൽവിങ് : അതെ, തീർച്ചയായും. റെജീനാ, വരൂ.

(അവരും റെജീനയും ധൃതിപ്പെട്ട് ഹാളിലൂടെ പുറത്തേക്ക് പോകുന്നു.)

മാൻഡേഴ്സ്: (തന്റെ കൈകൾ കൂട്ടിപ്പിടിച്ച്) ഇൻഷ്വർ ചെയ്തതുമില്ല!

(അദ്ദേഹം അതേ വഴിയിലൂടെ പുറത്തേക്ക് പോകുന്നു.)

അങ്കം മൂന്ന്

ആ മുറി മുമ്പത്തേതുപോലെ തന്നെ. വാതിലുകളെല്ലാം തുറന്നു കിടക്കുന്നു. മേശപ്പുറത്ത് ഇപ്പോഴും വിളക്കെരിയുന്നു. പശ്ചാത്തലത്തിന്റെ ഇടതു ഭാഗത്തു നിന്നുള്ള തീജ്വാലയുടെ മങ്ങിയ പ്രകാശമൊഴിച്ചാൽ പുറംഭാഗം ഇരുട്ടിലാണ്.

മിസിസ് ആൽവിങ്, ഒരു വലിയ ഷാൾ കൊണ്ട് തല മൂടി, തോട്ടപ്പുരയിൽ നിന്നുകൊണ്ട് പുറത്തേക്ക് നോക്കുകയാണ്. റെജീനയും ഒരു ഷാൾ ചുറ്റിയ നിലയിൽ അവരുടെ പിന്നിൽ ഒരല്പം അകന്നു നിൽക്കുന്നുണ്ട്.

മിസിസ് ആൽവിങ് : എല്ലാം കത്തിയെരിഞ്ഞു. അടിമുടി കത്തിക്കഴിഞ്ഞു.

റെജീന: താഴത്തെ നില നിന്നു കത്തുകയാണ്.

മിസിസ് ആൽവിങ് : ഓസ്‌വോൾഡ് എന്താണാവോ വരാത്തത്. വീണ്ടെടുക്കാൻ യാതൊന്നും ശേഷിച്ചിട്ടില്ല.

റെജീന: അദ്ദേഹത്തിന്റെ തൊപ്പി ഞാൻ കൊണ്ടുപോയി കൊടുക്കട്ടെ?

മിസിസ് ആൽവിങ് : അവൻ അവന്റെ തൊപ്പി പോലുമെടുത്തില്ലേ?

റെജീന: (ഹാളിലേക്കു ചൂണ്ടി) ഇല്ല, അതാ അവിടെ തൂങ്ങിക്കിടക്കുന്നു.

മിസിസ് ആൽവിങ്: അതവിടെ കിടക്കട്ടെ. അവൻ ഇതിനകം വരേണ്ടതായിരുന്നു. ഞാൻ തന്നെ പോയി നോക്കാം.
(അവർ തോട്ടത്തിലേക്കു പോകുന്നു.)

മാൻഡേഴ്‌സ്: (ഹാളിൽനിന്നും പ്രവേശിക്കുന്നു.) മിസിസ് ആൽവിങ് ഇവിടെയില്ലേ?

റെജീന: അവരിപ്പോൾ തോട്ടത്തിലേക്കിറങ്ങിയതേ ഉള്ളൂ.

മാൻഡേഴ്‌സ്: ഇത്രയും ഭയാനകമായൊരു രാത്രി മുമ്പെങ്ങും ഞാൻ കണ്ടിട്ടില്ല.

റെജീന: ശരിയാ, ഇങ്ങനെയൊരു ഭയങ്കര സംഭവം ഇനി ഉണ്ടാവാനില്ല, അല്ലേ പാസ്റ്റർ?

മാൻഡേഴ്‌സ്: ഓ, അക്കാര്യം പറയല്ലേ! അതിനെപ്പറ്റി ആലോചിക്കാൻ പോലും കഴിയുന്നില്ലെനിക്ക്.

റെജീന: എന്നാലും ഇതെങ്ങനെ സംഭവിക്കാനാണ്....?

മാൻഡേഴ്‌സ്: എന്നോടു ചോദിക്കല്ലേ, മിസ് എങ്സ്ട്രാന്റ്! ഞാനെങ്ങനെ അറിയാനാണ്? ഇനി നിന്റെ വകയായിട്ടുമുണ്ടോ...? നിന്റെ അപ്പൻ പറഞ്ഞു പോരാഞ്ഞിട്ട്.... ?

റെജീന: അയാളെന്തു പറഞ്ഞു?

മാൻഡേഴ്‌സ്: ഓ, അയാളെന്റെ സമനില തെറ്റിക്കും.

എങ്സ്ട്രാന്റ്: (ഹാളിൽനിന്നും പ്രവേശിക്കുന്നു) മാൻഡേഴ്സച്ചോ...!

മാൻഡേഴ്സ്: (ഞെട്ടിത്തിരിയുന്നു.) നിങ്ങൾ എന്റെ പിന്നാലെ ഇവിടെയും വന്നോ?

എങ്സ്ട്രാന്റ്: തന്നെ, ദൈവത്താണെ, ഞാനത്... ഹോ, കർത്താവേ! ഇതൊരു മുടിഞ്ഞ എടവാടായിപ്പോയി, അച്ചോ!

മാൻഡേഴ്സ്: (അങ്ങുമിങ്ങും നടന്നുകൊണ്ട്) എന്ന് എനിക്കും തോന്നുന്നു.

റെജീന: എന്തതാത്?

എങ്സ്ട്രാന്റ്: അതേയ്, നിനക്കറിയോ, പണി പറ്റിച്ചത് ആ പ്രാർത്തനച്ചടങ്ങാ. (സ്വകാര്യം) എന്റെ പെണ്ണേ, ഇപ്പോളല്ലേ ഇപ്പഹയന്റെ കള്ളി പൊളിഞ്ഞത്. (ഉറക്കെ) അല്ല, ഇമ്മാതിരി ഒരു കെടുതി മാൻഡേഴ്സച്ചൻ ചെയ്തല്ലോന്ന് വല്ലോരും ആക്ഷേപിച്ചാൽ അവരെ കുറ്റം പറയാൻ പറ്റ്വോ!

മാൻഡേഴ്സ്: പക്ഷേ ഞാൻ തീർത്തു പറയുന്നു. എങ്സ്ട്രാന്റ്....

എങ്സ്ട്രാന്റ്: പക്ഷേങ്കിൽ, അച്ചോ അവിടന്നല്ലാതെ വേറൊരാളും മെഴുതിരി തൊട്ടില്ല.

മാൻഡേഴ്സ്: (നിൽക്കുന്നു.) അതെ, എന്നു നിങ്ങൾ പറയുന്നു. പക്ഷേ സത്യമായും അങ്ങനെയൊരു മെഴുകുതിരി എപ്പോഴെങ്കിലും എന്റെ കൈയ്യിൽ ഉണ്ടായിരുന്നതായി യാതൊരോർമ്മയും എനിക്കില്ല.

എങ്സ്ട്രാന്റ്: പക്ഷേങ്കിൽ ഞാൻ ശരിക്കങ്ങ് കണ്ടല്ലോ, അവിട്ന്ന് മെഴുതിരി എട്ക്ക്ന്നതും വിരല് കൊണ്ട് കെട്ത്തുന്നതും അതിന്റെ അറ്റം നുള്ളിയെടുത്ത് കെടാത്ത നൂൽക്കഷണം നേരെ ചീവുളിനാര് കൂട്ടിയിട്ടതിലേക്ക് വലിച്ചെറിയ്ന്നതും.

മാൻഡേഴ്സ്: അങ്ങനെ നിങ്ങൾ കണ്ടെന്നോ?

എങ്സ്ട്രാന്റ്: കണ്ടൂന്നേ, എന്റെ ഈ രണ്ടു കണ്ണാലെ.

മാൻഡേഴ്സ്: എനിക്കിത് അശേഷം മനസ്സിലാക്കാനാവുന്നില്ല. എന്നു മാത്രമല്ല, അങ്ങനെയൊരു സ്വഭാവവും എനിക്കില്ല - വിരലു കൊണ്ട് മെഴുകുതിരി കെടുത്തുന്നത്.

എങ്സ്ട്രാന്റ്: തന്നെ, ഞാൻ പറയാലോ, അതും കണക്കിലെടുക്കുമ്പം ഭയങ്കര ശ്രദ്ധക്കേടായിപ്പോയി. പക്ഷേങ്കിൽ അച്ചോ, ഇതിപ്പം ശരിക്കങ്ങ് വലിയ കുലുമാലാവ്വാ?

മാൻഡേഴ്സ്: (അസ്വസ്ഥനായി അങ്ങുമിങ്ങും നടന്നുകൊണ്ട്) ഓ, എന്നോട് ചോദിക്കാതിരിക്കൂ!

എങ്സ്ട്രാന്റ്: (അദ്ദേഹത്തിന്റെ പിന്നാലെ കൂടിക്കൊണ്ട്) നിങ്ങളിത് ഇൻഷൂറു ചെയ്തിട്ടില്ല, ങേ, അച്ചോ?

മാൻഡേഴ്സ്: (നടന്നുകൊണ്ടുതന്നെ) ഇല്ല, ഇല്ല, ഇല്ല. ഞാൻ നിങ്ങളോട് പറഞ്ഞു കഴിഞ്ഞു.

എങ്സ്ട്രാന്റ്: ഇൻഷൂറു ചെയ്തിട്ടില്ല. എന്നിട്ട് നേരെ പോയങ്ങ് മൊത്തം തീയിട്ടുക! കർത്താവേ, എന്തൊരു മുടിഞ്ഞ ഭാഗ്യക്കേട്!

മാൻഡേഴ്സ്: (നെറ്റിയിലെ വിയർപ്പ് വടിച്ചു കളഞ്ഞുകൊണ്ട്.) നിങ്ങൾക്കങ്ങനെ വളരെ ഭംഗിയായി പറഞ്ഞൊപ്പിക്കാം, എങ്സ്ട്രാന്റ്.

എങ്സ്ട്രാന്റ്: ലോകരെന്തു പറയും, ഒന്നാലോചിച്ചാട്ടെ. ഈ നാടിനാകെ ഗുണം വരുത്താനുള്ള ഒരു ധർമ്മസ്ഥാപനത്തിനാണല്ലോ ഇങ്ങനെയൊരു കാലക്കേട് പിടിച്ചത്. എനിക്ക് തോന്ന്ന്നില്ല അച്ചോ, ഈ പത്രങ്ങളൊക്കെ അവിട്ത്തേക്ക് ഇരിക്കപ്പൊറുതി തരുംന്ന്.

മാൻഡേഴ്സ്: ഇല്ല, അതു തന്നെയാണ് ഞാനും ചിന്തിക്കുന്നത്. അതുതന്നെയാണ് ഈ ഇടപാടിന്റെയെല്ലാം അങ്ങേയറ്റം മോശപ്പെട്ട വശവും. എല്ലാത്തരം നീചമായ കുറ്റാരോപണങ്ങളും കുത്തുവാക്കുകളും....! ഓ, അതിനെപ്പറ്റി ആലോചിക്കുമ്പോൾത്തന്നെ ഉൾക്കിടിലം വരുന്നു!

മിസിസ് ആൽവിങ്: (തോട്ടത്തിൽനിന്നും കയറി വരുന്നു.) ആ തീയിൽ നിന്നും അവനെ പിന്തിരിപ്പിക്കാൻ എനിക്ക് കഴിയുന്നില്ല.

മാൻഡേഴ്സ്: ഹാ, നിങ്ങളെയൊന്നു കണ്ടുകിട്ടിയല്ലോ, മിസിസ് ആൽവിങ്.

മിസിസ് ആൽവിങ്: ആവട്ടെ, പാസ്റ്റർ മാൻഡേഴ്സ്, അങ്ങനെ ആ പ്രസംഗം നിർവ്വഹിക്കുന്നതിൽനിന്നും അങ്ങ് രക്ഷപ്പെട്ടു.

മാൻഡേഴ്സ്: ഓ, അതിലെനിക്ക് അങ്ങേയറ്റത്തെ സന്തോഷം മാത്രമേ....

മിസിസ് ആൽവിങ്: (സ്വയം നിയന്ത്രിച്ച്) കാര്യങ്ങൾ ഈ വിധം കലാശിച്ചത് എത്രയും നന്നായി. ആ അനാഥാലയം ആർക്കെങ്കിലും എന്തെങ്കിലും നന്മ വരുത്തുമായിരുന്നില്ല.

മാൻഡേഴ്സ്: ഇല്ലെന്നാണോ നിങ്ങൾ കരുതുന്നത്?

മിസിസ് ആൽവിങ്: മറിച്ചാണെന്ന് അങ്ങ് വിചാരിക്കുന്നുണ്ടോ?

മാൻഡേഴ്സ്: അതെന്തായാലും, പക്ഷേ ഇതൊരു ഭീകര ദുരന്തമായിപ്പോയി.

മിസിസ് ആൽവിങ്: നമ്മൾ അതുമിതും പറഞ്ഞ് കാടു കയറേണ്ടതില്ല. നമുക്ക് കാര്യത്തിലേക്കു കടക്കാം.... എങ്സ്ട്രാന്റ്, നിങ്ങൾ പാസ്റ്റർ മാൻഡേഴ്സിനെ കാത്തു നിൽക്കുകയാണോ?

എങ്സ്ട്രാന്റ്: (ഹാളിന്റെ വാതിൽക്കൽ) വാസ്തവം പറഞ്ഞാൽ, തന്നെ.

മിസിസ് ആൽവിങ്: എങ്കിൽ, തൽക്കാലം, അവിടെയെങ്ങാനും ഇരിക്കൂ.

എങ്സ്ട്രാന്റ്: ഓ, ഞാൻ ഇവിടെ ഇങ്ങനെ നിന്നോളാമേ.

മിസിസ് ആൽവിങ്: (മാൻഡേഴ്സിനോട്) അങ്ങ് അടുത്ത ബോട്ടിന് മടങ്ങാനുദ്ദേശിക്കുന്നുണ്ടോ?

മാൻഡേഴ്സ്: ഉണ്ട്. ഒരു മണിക്കൂറിനുള്ളിൽ അത് പുറപ്പെടും.

മിസിസ് ആൽവിങ്: ദയവായി ആ പ്രമാണങ്ങളെല്ലാം അങ്ങ് വീണ്ടും കൊണ്ടുപോകണം. ഈ ഇടപാടു സംബന്ധിച്ച് ഇനി ഒരു വാക്കുപോലും കേൾക്കാൻ ഞാൻ ആഗ്രഹിക്കുന്നില്ല. എനിക്ക് ചിന്തിക്കാൻ വേറെ കാര്യങ്ങളുണ്ട്.

മാൻഡേഴ്സ്: മിസിസ് ആൽവിങ്....

മിസിസ് ആൽവിങ്: ഉത്തമമെന്നു അങ്ങയ്ക്കു തോന്നുന്നത് എന്താണെന്നു വെച്ചാൽ അതു ചെയ്യുക, അതിനുള്ള അധികാരപത്രം വഴിയേ ഞാൻ അയച്ചു തരുന്നതാണ്.

മാൻഡേഴ്സ്: എത്രയും സന്തോഷത്തോടെ അതു ഞാൻ ഏറ്റു കൊള്ളുന്നു. അപ്പോൾ ദാനാധാരത്തിലെ മുൻ വ്യവസ്ഥകളെല്ലാം പാടേ മാറ്റേണ്ടി വന്നേക്കും, എന്നാണെന്റെ തോന്നൽ.

മിസിസ് ആൽവിങ്: സ്വാഭാവികമായും.

മാൻഡേഴ്സ്: ആകട്ടെ, ഈ നിമിഷം എനിക്ക് തോന്നുന്ന ആശയം എന്താണെന്ന് വെച്ചാൽ, ഈ സോൾവിക് എസ്റ്റേറ്റ് ഇടവകയ്ക്ക് സമർപ്പിക്കാനുള്ള ഏർപ്പാട് ചെയ്യുക എന്നതാണ്. ആകപ്പാടെ നോക്കിയാൽ ഏതു നിലയ്ക്കും ഈ ഭൂമി വില മതിക്കപ്പെടാത്തതാണ് എന്നൊന്നും പറയാൻ പറ്റില്ല. എപ്പോഴായാലും ഇത് ഒന്നിനല്ലെങ്കിൽ മറ്റൊന്നിന് പ്രയോജനപ്പെട്ടേക്കും. പിന്നെ ബാങ്കിൽ കിടക്കുന്ന മുതലിന്റെ പലിശയെ സംബന്ധിച്ചാണെങ്കിൽ, എനിക്ക് ചെയ്യാവുന്നതിലേക്കും ഉത്തമമായത് പട്ടണത്തിന് ഉപകാരപ്പെട്ടേക്കാവുന്ന വല്ല പദ്ധതിയേയും ശക്തിപ്പെടുത്താൻ അത് വിനിയോഗിക്കുക എന്നതാണ്.

മിസിസ് ആൽവിങ്: അങ്ങയുടെ ആഗ്രഹമെന്തോ അതു ചെയ്യുക. അതിലൊന്നും യാതൊരഭിപ്രായ വ്യത്യാസവും എനിക്കില്ല.

എങ്സ്ട്രാന്റ്: അച്ചോ, എന്റെ നാവികാലയത്തിന്റെ കാര്യം മറക്കല്ലേ!

മാൻഡേഴ്സ് : ങാ, തീർച്ചയാക്കാം, നിങ്ങൾ പറയുന്നതിൽ കാര്യമുണ്ട്. ആകട്ടെ, അത് ഗൗരവപൂർവ്വം പരിഗിക്കപ്പെടേണ്ടതു തന്നെ.

എങ്സ്ട്രാന്റ്: ഓ, ഒട്ടുക്കത്തെയൊരു പരിഗണിക്കൽ.... ഹോ, കർത്താവേ!

മാൻഡേഴ്സ്: (ഒരു നിശ്വാസത്തോടെ) എന്തോ, ഈ കാര്യങ്ങളെക്കുറിച്ചൊക്കെ സംസാരിക്കാൻ ഇനി എത്രത്തോളം എനിക്ക് സാധിക്കുമെന്ന് യാതൊരു നിശ്ചയവുമില്ല. അഥവാ, ആർക്കറിയാം പൊതുജനാഭിപ്രായം മൂലം ഞാൻ രാജി വെക്കാൻ നിർബന്ധിക്കപ്പെടുകയില്ല എന്ന്. അതെല്ലാം തീ പിടിത്തത്തിന്റെ കാരണത്തെക്കുറിച്ചുള്ള ഔദ്യോഗികമായ അന്വേഷണഫലത്തെ ആശ്രയിച്ചിരിക്കും.

മിസിസ് ആൽവിങ്: അങ്ങ് എന്താണിപ്പറയുന്നത്?

മാൻഡേഴ്സ്: ആ കണ്ടെത്തലുകൾ എന്തായിരിക്കുമെന്ന് പ്രവചിക്കുക തീർത്തും അസാദ്ധ്യം.

എങ്സ്ട്രാന്റ്: (കുറച്ചുകൂടി അടുത്ത്) ഓ, ഇല്ല, അയിലൊന്നും കാര്യല്ല. കാരണം ഇങ്ങനെ ഒരാള് ഏതു നെലക്കും ഇവിടെയ്ണ്ടല്ലോ, ഈ ഞാൻ, ജേക്കബ് എങ്സ്ട്രാന്റ്.

മാൻഡേഴ്സ്: ശരി, പക്ഷേ....?

എങ്സ്ട്രാന്റ്: (ഒരു പതിഞ്ഞ സ്വരത്തിൽ) ഒരു ചൊല്ല്ണ്ട്, നാട്ടിലെമ്പാടും, ആപൽക്കാലത്ത് യോഗ്യനായൊരു പരോപകാരീനെ ചാടിക്കളയുന്ന കൂട്ടത്തിലല്ല ജേക്കബ് എങ്സ്ട്രാന്റ് എന്ന്.

മാൻഡേഴ്സ്: ശരി, പക്ഷേ എന്റെ പ്രിയപ്പെട്ട ചങ്ങാതീ.... എങ്ങനെ?

എങ്സ്ട്രാന്റ്: ഒരു നാൾ അവിട്ന്ന് പറഞ്ഞുപോവും, അച്ചോ, ജേക്കബ് എങ്സ്ട്രാന്റ് ഒരുമാതിരി രക്ഷകനായ മാലാഖയാണ്ന്ന്. തന്നെ.

മാൻഡേഴ്സ്: ഇല്ല, ഇല്ല, സത്യമായും അതനുവദിക്കാൻ എനിക്ക് നിർവ്വാഹമില്ല.

എങ്സ്ട്രാന്റ്: ഓ, അവിട്ന്ന് കാര്യങ്ങളെ അതാതിന്റെ പാട്ടിനങ്ങ് വിട്ടാ മതി. എന്റെ അറിവ് വെച്ച് പറഞ്ഞാലേ, ഈ ലോകത്ത് ആദ്യായിട്ടൊന്നല്ല ഒരാള് മറ്റൊരാള്ടെ കുറ്റം ഏറ്റെട്ക്ക്ന്നത്.

മാൻഡേഴ്സ്: ജേക്കബ്! (അയാളുടെ കൈ കടന്നുപിടിച്ച് കുലുക്കുന്നു) നിങ്ങളെപ്പോലെ വിശിഷ്ട ഗുണമുള്ളവർ അപൂർവ്വമാണ്. ആകട്ടെ,

നിങ്ങളുടെ നാവിക ഭവനത്തിനുവേണ്ട പിന്തുണ നിങ്ങൾക്ക് കിട്ടുക തന്നെ ചെയ്യും, നിങ്ങൾക്കതിനെ ആശ്രയിക്കാം. (എങ്സ്ട്രാന്റ് നന്ദി പറയാനായുന്നു, പക്ഷേ വികാരാധിക്യം മൂലം കഴിയുന്നില്ല. മാൻഡേഴ്സ് തന്റെ പുസ്തക സഞ്ചി തോളിൽ തൂക്കിയിടുന്നു) ഇനി നമുക്കിറങ്ങാം. നമ്മുടെ യാത്ര ഒരുമിച്ചായിരിക്കും.

എങ്സ്ട്രാന്റ്: (ഊൺമുറിയുടെ വാതിൽക്കൽ ചെന്ന്, താഴ്ന്ന സ്വരത്തിൽ റെജീനയോട്) പെണ്ണേ, നീ എന്റെ കൂടെ വന്നോ! ഒരു രാജാത്തീനെപ്പോലെ നിനക്കങ്ങ് വെലസാം.

റെജീന: (തന്റെ തലയാട്ടുന്നു.) കൃപ!

(പാസ്റ്ററുടെ വസ്തുക്കൾ കൊണ്ടുവരാനായി അവൾ ഹാളിലേക്ക് പോകുന്നു.)

മാൻഡേഴ്സ്: വിട പറയട്ടെ, മിസിസ് ആൽവിങ്. ഒട്ടും വൈകാതെ ഇത്തിരി കർത്തവ്യനിഷ്ഠയും ശിഷ്ടാചാരവും ഈ ഭവനത്തെ നിയന്ത്രിക്കുമാറാകട്ടെ എന്നു ഞാൻ പ്രാർത്ഥിക്കുന്നു.

മിസിസ് ആൽവിങ് : മാൻഡേഴ്സ്, ശുഭയാത്ര!

(തോട്ടത്തിൽനിന്നും ഓസ്‌വോൾഡ് പ്രവേശിക്കുന്നതു കണ്ടതോടെ, മിസിസ് ആൽവിങ് തോട്ടപ്പുരയുടെ നേർക്ക് നടക്കുന്നു.)

എങ്സ്ട്രാന്റ്: (അയാളും റെജീനയും മാൻഡേഴ്സിനെ അദ്ദേഹത്തിന്റെ കോട്ട് ധരിക്കാൻ സഹായിച്ചുകൊണ്ടിരിക്കെ) എന്റെ മോളേ, ഞാനങ്ങ് പോവ്വാ. ഇനി നിനക്ക് വല്ല മുട്ടും വന്നാലേ, മനസ്സിലാക്കി വെച്ചോ, ജേക്കബ് എങ്സ്ട്രാന്റിനെ ഏതു ദിക്കിൽ കണ്ടുകിട്ടും എന്ന്. (പതിഞ്ഞ സ്വരത്തിൽ) ലിറ്റിൽ ഹാർബർ റോഡ്, ഹ്ം....!

(മിസിസ് ആൽവിങ്ങിനോടും ഓസ്‌വോൾഡിനോടും) പിന്നെ, കപ്പലോട്ടക്കാർക്കുള്ള എന്റെ താവളത്തിന്, 'കേപ്റ്റൻ ആൽവിങ് മന്ദിരം' എന്ന് പേരിടാൻ പോകുന്നു. ഞാൻ വിചാരിക്കുമ്പോലെയൊക്കെ സംഗതി നീങ്ങിക്കിട്ടിയാൽ, ഞാൻ ഒറപ്പിച്ചുതന്നെ പറഞ്ഞോട്ടെ, അതായിരിക്കും നമ്മുടെ കേപ്റ്റനു പറ്റിയ ഏറ്റവും യോഗ്യമായ സ്മാരകം.

മാൻഡേഴ്സ്: (വാതിൽക്കൽ) ഉം.... ഹ്ം! വന്നാട്ടെ, എന്റെ പ്രിയപ്പെട്ട എങ്സ്ട്രാന്റ്, അപ്പോൾ ഞങ്ങളിറങ്ങാം!

(അദ്ദേഹവും എങ്സ്ട്രാന്റും ഹാളിലൂടെ പുറത്തേക്ക് പോകുന്നു.)

ഓസ്‌വോൾഡ്: (മേശയ്ക്കരികിലേക്കു നടക്കുന്നു.) ഏതു സ്ഥാപനത്തെക്കുറിച്ചാണ് അയാൾ പറഞ്ഞുകൊണ്ടിരുന്നത്?

മിസിസ് ആൽവിങ്: അത് അയാളും പാസ്റ്റർ മാൻഡേഴ്സും ചേർന്ന് തുടങ്ങാനുദ്ദേശിക്കുന്ന ഏതോ ഹോസ്റ്റലിനെക്കുറിച്ചാണ്.

ഓസ്‌വോൾഡ്: അതും കത്തിയമരും, ഇതുപോലൊക്കെത്തന്നെ.

മിസിസ് ആൽവിങ്: അതെന്താ നിനക്ക് അങ്ങനെ തോന്നാൻ?

ഓസ്‌വോൾഡ്: എല്ലാം കത്തിത്തീരും. പപ്പയുടെ സ്മരണയെ നിലനിർത്തുന്ന യാതൊന്നും ശേഷിക്കുകയില്ല. ഇവിടെയിതാ ഈ ഞാനും,

എരിഞ്ഞടങ്ങുകയാണ്.

(റെജീന അയാളെ നോക്കുന്നു, ഞെട്ടലോടെ)

മിസിസ് ആൽവിങ്: ഓസ്‌വോൾഡ്! നീ അവിടെ പുറത്ത് ഏറെ നേരം തങ്ങി നിൽക്കരുതായിരുന്നു, എന്റെ പാവം കുഞ്ഞേ.

ഓസ്‌വോൾഡ്: (മേശയ്ക്കരികിലായി ഇരിക്കുന്നു) നിങ്ങൾ പറയുന്നത് ശരിയാണെന്ന് ഏറെക്കുറെ എനിക്കും തോന്നുന്നു.

മിസിസ് ആൽവിങ്: ഞാൻ നിന്റെ തല തോർത്തട്ടെ, ഓസ്‌വോൾഡ്, നീ ആകെ നനഞ്ഞിരിക്കുന്നു.

(അവർ തന്റെ ടുവാല കൊണ്ട് അയാളുടെ തല തോർത്തുന്നു)

ഓസ്‌വോൾഡ്: (നിസ്സംഗനായി, മുന്നിലേക്ക് ദൃഷ്ടിയുറപ്പിച്ചുകൊണ്ട്) മമ്മാ, നിങ്ങൾക്കു നന്ദി.

മിസിസ് ആൽവിങ്: നീ ക്ഷീണിച്ചില്ലല്ലൊ, ഓസ്‌വോൾഡ്? ഒന്നുറങ്ങണമെന്നോ മറ്റോ തോന്നുന്നുണ്ടോ നിനക്ക്?

ഓസ്‌വോൾഡ്: (ഭയചകിതനായി) വേണ്ടാ.... വേണ്ടാ... ഉറങ്ങണ്ടാ! ഞാൻ ഉറങ്ങാറേയില്ല, ഉറക്കം നടിക്കാറേയുള്ളു. (വിരസമായി) അത് പതുക്കെ ശരിയായിക്കൊള്ളും.

മിസിസ് ആൽവിങ്: (ഉൽക്കണ്ഠയോടെ അയാളെ നോക്കുന്നു.) അതെ, എന്തൊക്കെയാണെങ്കിലും, വാസ്തവത്തിൽ എന്റെ പൊന്നുമോനേ, നിനക്ക് ഒട്ടും സുഖമില്ല.

റെജീന: (പ്രക്ഷുബ്ധയായി) മിസ്റ്റർ ആൽവിങ് രോഗിയാണോ?

ഓസ്‌വോൾഡ്: (അക്ഷമനായി) ഇനി ആ വാതിലുകളെല്ലാം ഒന്ന് അടച്ചിട്ടു! മാരകമായ ഈ കൊട്ടുംഭീതി....

മിസിസ് ആൽവിങ്: എല്ലാം അടച്ചേക്കു, റെജീനാ.

(റെജീന വാതിലുകൾ അടയ്ക്കുന്നു, ഹാൾവാതിലിന്നടുത്തായി നിലകൊള്ളുന്നു. മിസിസ് ആൽവിങ് അവരുടെ ഷാൾ എടുത്തു മാറ്റുന്നു, റെജീനയും അപ്രകാരം ചെയ്യുന്നു. മിസിസ് ആൽവിങ് ഓസ്‌വോൾഡി ന്റെ സമീപത്തേക്ക് ഒരു കസേര വലിച്ചടുപ്പിച്ച് അതിലിരിക്കുന്നു.)

മിസിസ് ആൽവിങ്: ഇതാ കണ്ടില്ലേ, ഞാൻ നിന്റെ അടുത്തുതന്നെ ഇരിക്കാൻ പോകുന്നു....

ഓസ്‌വോൾഡ്: ശരി, ഇരിക്കൂ. ഇനി റെജീനയും ഇവിടെത്തന്നെ ഉണ്ടാവണം. റെജീന എല്ലായ്പ്പോഴും എന്റെ അടുത്തുണ്ടായേ പറ്റൂ. നിന്റെ ഒരു സഹായ ഹസ്തം എനിക്കു തരണം റെജീനാ, എന്താ നീ അതു തരില്ലേ?

റെജീന: എനിക്ക് മനസ്സിലാവുന്നില്ല....

മിസിസ് ആൽവിങ്: സഹായ ഹസ്തം?

ഓസ്‌വോൾഡ്: അതെ.... അവശ്യ സമയത്ത്.

മിസിസ് ആൽവിങ്: ഓസ്‌വോൾഡ്, നിനക്കൊരു സഹായ ഹസ്തം നൽകാൻ നിന്റെ മമ്മയില്ലേ നിനക്ക്?

ഓസ്‌വോൾഡ്: നിങ്ങളോ? (പുഞ്ചിരിക്കുന്നു.) ഇല്ല, മമ്മാ ആ വിധത്തിലൊരു സഹായം എനിക്കു നൽകാൻ ഒരിക്കലും മമ്മയെക്കൊണ്ടാവില്ല.

(വിരസമായി ചിരിക്കുന്നു.) നിങ്ങളോ? ഹ! ഹ! (സഗൗരവം അവളെ നോക്കുന്നു.) അതിന് നിന്നേക്കാൾ അവകാശം ഇതുവരെ മറ്റാർക്കുമുണ്ടായില്ല. (അനിയന്ത്രിതമായി) റെജീനാ, എന്തുകൊണ്ട് നീ എന്നോടൊത്ത് ഇത്തിരി വിശ്രാന്തി തേടുന്നില്ല? എന്തേ നീ എന്നെ പേരു ചൊല്ലി വിളിക്കുന്നില്ല?

റെജീന: (പതുക്കെ) കൊച്ചമ്മ അതിഷ്ടപ്പെടുമെന്ന് എനിക്ക് തോന്നുന്നില്ല.

മിസിസ് ആൽവിങ് : ഒട്ടും വൈകാതെ നിനക്കു വിളിക്കാം. ഇങ്ങോട്ടു വന്ന് ഞങ്ങളുടെ അടുത്തിരുന്നോളൂ... (റെജീന ശങ്കിച്ചും സങ്കോചിച്ചും മേശയുടെ മറുവശത്തിരിക്കുന്നു.) ഇനി, എന്റെ പൊന്നുമോനേ, ഞാൻ നിന്റെ ഭാഗ്യഹീനമായ, പീഢിതമായ മനസ്സിൽ നിന്നും ഒരു വലിയ ചുമട് എടുത്തു മാറ്റാൻ പോവുകയാണ്...

ഓസ്‌വോൾഡ്: മമ്മാ, നിങ്ങളോ?

മിസിസ് ആൽവിങ് :....... നിന്റെ പശ്ചാത്താപത്തിനും ആത്മനിന്ദയ്ക്കും കാരണമായി നീ പറഞ്ഞതെല്ലാം, നിന്നെ കരളുന്ന സർവ്വ സംഗതികളും ചേർന്ന ആ ചുമട്.

ഓസ്‌വോൾഡ്: നിങ്ങൾക്കതു കഴിയുമെന്ന് നിങ്ങൾ കരുതുന്നു?

മിസിസ് ആൽവിങ്: അതെ, ഇപ്പോൾ എനിക്കതു കഴിയും, ഓസ്‌വോൾഡ്. നേരത്തേ നീ ജീവിതാനന്ദത്തെക്കുറിച്ച് സംസാരിച്ചിരുന്നു. അപ്പോൾ പെട്ടെന്നു ഞാൻ എന്റെ സമസ്ത ജീവിതവും മുന്നിൽ കാണുന്നതുപോലെ തോന്നി... സർവ്വവും ഒരു പുതിയ വെളിച്ചത്തിൽ.

ഓസ്‌വോൾഡ്: (തന്റെ തല കുലുക്കുന്നു.) നിങ്ങൾ പറയുന്നതിൽ ഒരു വാക്കു പോലും എനിക്ക് മനസ്സിലാവുന്നില്ല.

മിസിസ് ആൽവിങ് : ചെറുപ്പകാലത്തെ നിന്റെ പപ്പയെ, യുവാവായ ലഫ്റ്റനന്റ് ആൽവിങ്ങിനെ ഒന്നു കാണേണ്ടതായിരുന്നു. നീ പറഞ്ഞ ജീവിതാനന്ദം വേണ്ടുവോളമാസ്വദിച്ചിരുന്ന അദ്ദേഹം. എനിക്കത് ഉറപ്പിച്ചു പറയാൻ കഴിയും.

ഓസ്‌വോൾഡ്: അതെ, എനിക്കറിയാം.

മിസിസ് ആൽവിങ്: അദ്ദേഹത്തെ ഒരു നോക്കു കണ്ടാൽ മതി, ആത്മഹർഷമുണ്ടാകാൻ. ആ അളവറ്റ ഓജസ്സും തേജസ്സും!

ഓസ്‌വോൾഡ്: ആകട്ടെ....?

മിസിസ് ആൽവിങ്: അതെ, അങ്ങനെ ഊർജ്ജസ്വലനും ഉല്ലാസവാനുമായ ആ കുട്ടി - ആ കാലത്ത് അദ്ദേഹം ഒരു കുട്ടിയെപ്പോലെത്തന്നെയായിരുന്നു- ഈ ചെറിയ പ്രവിശ്യാപ്പട്ടണത്തിൽ ആകെ മടുത്ത് കഴിയുകയായിരുന്നു; അതിന് ചില പ്രത്യേക തരം ആനന്ദങ്ങളൊക്കെ വെച്ചു നീട്ടാനുണ്ടായിരുന്നു, യഥാർത്ഥമായ ആനന്ദമൊഴിച്ചുള്ള പലതും; അർത്ഥവത്തായ യാതൊരു പ്രവൃത്തിക്കും ഇടമുണ്ടായിരുന്നില്ല, ഔദ്യോഗിക സ്ഥാനത്തിരിക്കൽ മാത്രമായിരുന്നു ജോലി; ആത്മാർത്ഥതയോടെ, ഹൃദയപൂർവ്വം വ്യാപരിക്കാനുള്ള യാതൊരു വിധ ജോലിയുമില്ലായിരുന്നു- ശുഷ്കമായ ഔദ്യോഗിക ചടങ്ങുകളല്ലാതെ. ജീവിതാനന്ദമെന്നാൽ എന്താണെന്നോ അത് എങ്ങനെ

ആസ്വദിക്കണമെന്നോ ഗ്രഹിക്കാൻ കെല്പുള്ള ഒരൊറ്റ യഥാർത്ഥ സുഹൃത്തും ഒരിക്കലും അദ്ദേഹത്തിനുണ്ടായിരുന്നില്ല- ഒരുപറ്റം അലസന്മാരും കുടിയന്മാരും അലവലാതികളുമല്ലാതെ....

ഓസ്‌വോൾഡ്: മമ്മാ.... !

മിസിസ് ആൽവിങ്: അതുകൊണ്ടുതന്നെ അനിവാര്യമായതു സംഭവിച്ചു.

ഓസ്‌വോൾഡ്: എന്താണ് നിങ്ങൾ പറയുന്നതിന്റെ അർത്ഥം... അനിവാര്യമായതോ?

മിസിസ് ആൽവിങ്: ഈ സായംസന്ധ്യയിൽ നീ തന്നെയാണ് എന്നോടു പറഞ്ഞത് നീ ഈ വീട്ടിൽ താമസമാക്കിയാൽ എന്തു സംഭവിക്കുമെന്ന്.

ഓസ്‌വോൾഡ്: നിങ്ങൾ സ്ഥാപിക്കാൻ ശ്രമിക്കുകയാണോ, പപ്പ... ?

മിസിസ് ആൽവിങ്: നിന്റെ പപ്പയുടെ അമിതമായ യൗവനോർജ്ജത്തിന് വല്ല ബഹിർഗമന മാർഗ്ഗവും കണ്ടെത്താൻ ഒരിക്കലുമദ്ദേഹത്തിന് സാധിച്ചില്ല. പിന്നെ എനിക്കാണെങ്കിൽ, കൃത്യമായ ഉല്ലാസാനുഭവങ്ങൾ അദ്ദേഹത്തിന് നൽകാൻ കഴിയുമെന്ന് ബോദ്ധ്യപ്പെടുത്താനുമായില്ല.

ഓസ്‌വോൾഡ്: നിങ്ങൾക്കായില്ല?

മിസിസ് ആൽവിങ്: എല്ലാവരും എന്നെ പഠിപ്പിച്ചത് കർത്തവ്യനിഷ്ഠയെക്കുറിച്ചും മറ്റുമുള്ള നാനാതരം പാഠങ്ങളായിരുന്നു, ഞാനാകട്ടെ അതെല്ലാം വിശ്വസിച്ചങ്ങ് കഴിഞ്ഞുകൂട്ടുകയും ചെയ്തു. ഒടുവിൽ സകലതും കർത്തവ്യത്തിലേക്ക് ചുരുങ്ങുന്നതായി തോന്നി - എന്റെ കർത്തവ്യം, അദ്ദേഹത്തിന്റെ കർത്തവ്യം, പിന്നെ... അങ്ങനെ ഞാൻ നിന്റെ പപ്പയ്ക്ക് ഈ ഗൃഹാന്തരീക്ഷം അസഹ്യമാക്കിത്തീർത്തുവോ എന്ന് ഭയപ്പെടുകയാണ്, ഓസ്‌വോൾഡ് .

ഓസ്‌വോൾഡ്: ഇതിനെക്കുറിച്ചൊന്നും ഒരിക്കലും നിങ്ങളെനിക്ക് എഴുതാതിരുന്നത് എന്തുകൊണ്ടാണ്?

മിസിസ് ആൽവിങ്: അതു നിന്നോട് - അദ്ദേഹത്തിന്റെ മകനോട് എനിക്കു വെളിപ്പെടുത്താൻ കഴിയുന്ന വല്ലതുമാണെന്ന് ഒരിക്കലും, ഈ നിമിഷംവരേക്കും ഞാൻ പരിഗണിച്ചിരുന്നില്ല.

ഓസ്‌വോൾഡ്: അപ്പോൾപ്പിന്നെ നിങ്ങൾ അത് ഏതു വിധത്തിൽ പരിഗണിച്ചു?

മിസിസ് ആൽവിങ്: (പതുക്കെ) ഞാൻ ഒരു വസ്തുത മാത്രമേ പരിഗണിച്ചുള്ളു: നീ ജനിക്കുന്നതിനു മുമ്പു തന്നെ തകർന്നടിഞ്ഞുപോയ ഒരു മനുഷ്യനായിരുന്നു നിന്റെ പപ്പ.

ഓസ്‌വോൾഡ്: (ഒരുതരം വീർപ്പുമുട്ടിയ സ്വരത്തിൽ) ആഹ്....!

(അയാൾ എഴുന്നേൽക്കുകയും നേരെ ജാലകത്തിനടുത്തേക്ക് പോവുകയും ചെയ്യുന്നു.)

മിസിസ് ആൽവിങ്: പിന്നെ ഒരു കാര്യം എന്നുമെന്റെ മനസ്സിൽ നിറഞ്ഞുനിന്നു, രാപകൽ: വാസ്തവത്തിൽ റെജീനയ്ക്ക് ഇവിടെ ഈ വീട്ടിൽ അവകാശമുണ്ടെന്ന്.... എന്റെ സ്വന്തം മകന് അവകാശപ്പെടാവുന്നത്രയും.

ഓസ്‌വോൾഡ്: (പെട്ടെന്ന് തിരിയുന്നു.) റെജീന....!

റെജീന: (ഞെട്ടലോടെ ചാടിയെണീറ്റ്, പതറിയ സ്വരത്തിൽ) എനിക്ക്...!

മിസിസ് ആൽവിങ് : അതെ. ഇനി നിങ്ങളിരുവരും തിരിച്ചറിയുക.

ഓസ്‌വോൾഡ്: റെജീന!

റെജീന: (തന്നോടു തന്നെ) അപ്പോൾ എന്റെ അമ്മച്ചി ആ തരമായിരുന്നു.

മിസിസ് ആൽവിങ്: നിന്റെ അമ്മച്ചി പലതുകൊണ്ടും വളരെ നല്ലവളായിരുന്നു, റെജീനാ.

റെജീന: നല്ലത്, എന്നാലും ആ ഇനമായിരുന്നു, എന്തൊക്കെയായാലും. ആവട്ടെ, ചിലപ്പോളെല്ലാം അത്രത്തോളമൊക്കെ ഞാനും ചിന്തിച്ചു പോയിട്ടുണ്ട്. ശരി, കൊച്ചമ്മേ, ഇനി ഇപ്പോൾത്തന്നെ എനിക്കങ്ങ് പോകാമല്ലൊ?

മിസിസ് ആൽവിങ്: വാസ്തവത്തിൽ നീ അത് ആഗ്രഹിക്കുന്നുണ്ടോ, റെജീനാ?

റെജീന: ഉണ്ട്, ആഗ്രഹിക്കുന്നുണ്ട്.

മിസിസ് ആൽവിങ് : തീർച്ചയായും, നിന്റെ ഇഷ്ടംപോലെ ചെയ്യാം, പക്ഷേ....

ഓസ്‌വോൾഡ്: (റെജീനയ്ക്കു നേരെ നടക്കുന്നു.) ഇനി പോകാനോ? പക്ഷേ നീ ഇവിടത്തെയാണ്.

റെജീന: കൃപയുണ്ടാവണം, മിസ്റ്റർ ആൽവിങ്.... അല്ല, ഇനി എനിക്ക് ഓസ്‌വോൾഡ് എന്നു വിളിക്കാമല്ലൊ. പറയാതെ പറ്റില്ല, അത് ഈ വിധത്തിലായിരിക്കുമെന്ന് ഞാൻ ഒട്ടും പ്രതീക്ഷിച്ചില്ല.

മിസിസ് ആൽവിങ്: റെജീനാ, ഞാൻ നിന്നോട് എല്ലാം തുറന്നു പറഞ്ഞില്ല...

റെജീന: വേണ്ട, സഹതാപം അധികമാകേണ്ട! ഓസ്‌വോൾഡിന് ഇങ്ങനെ വല്ല തകരാറുമുണ്ടെന്ന് ഞാൻ നേരത്തേ അറിഞ്ഞിരുന്നെങ്കിൽ.... എന്തായാലും, ഇനി ഒരിക്കലും ഞങ്ങൾ തമ്മിൽ സാരമായിട്ടൊന്നും ഉണ്ടാവാനിടയില്ലാത്ത സ്ഥിതിക്ക്... ഇല്ല, ഇവിടെ ഈ പട്ടിക്കാട്ടിൽ നിങ്ങൾക്കെന്നെ തളച്ചിടാനാവില്ല, രോഗികളേയും പരിചരിച്ച് സ്വയം നരകിപ്പിക്കാൻ....

ഓസ്‌വോൾഡ്: നീയുമായി ഇത്രയ്ക്കടുത്ത ഒരുവനു വേണ്ടിപ്പോലും?

റെജീന: നടക്കുന്ന കാര്യമല്ല. ഒരു ഗതികെട്ട പെണ്ണ് അവളുടെ യൗവ്വനകാലത്തുതന്നെ വേണ്ടതെല്ലാം ഉണ്ടാക്കാൻ നോക്കണം. അല്ലാത്തപക്ഷം കണ്ണുചിമ്മിത്തുറക്കും മുമ്പു തന്നെ അവൾ ഒന്നിനും കൊള്ളാതാവും. കേട്ടോ കൊച്ചമ്മേ, നിങ്ങളീ പറഞ്ഞ ജീവിതാനന്ദത്തിൽ കുറച്ചൊക്കെ എനിക്കും അവകാശപ്പെട്ടതാണെന്നു വെച്ചോ.

മിസിസ് ആൽവിങ്: അതെ, എന്നു ഞാൻ ഭയപ്പെടുന്നു. എങ്കിലും നീ സ്വയം നശിപ്പിക്കരുത്, റെജീനാ.

റെജീന: ഓ, നടക്കേണ്ടതെന്തായാലും ശരി, നടക്കട്ടെ. എനിക്ക് തോന്നുന്നു, ഓസ്‌വോൾഡിന് അയാളുടെ അപ്പനെപ്പോലെ ആകാമെങ്കിൽ എനിക്ക് എന്റെ അമ്മച്ചിയെപ്പോലെയുമാകാം. പിന്നെ, ഒന്നു ചോദിച്ചോട്ടെ, കൊച്ചമ്മേ, എന്നെക്കുറിച്ചുള്ള ഈ രഹസ്യങ്ങളെല്ലാം ആ മാൻഡേഴ്‌സച്ചന് അറിയാമോ?

മിസിസ് ആൽവിങ്: പാസ്റ്റർ മാൻഡേഴ്‌സിന് സകലതുമറിയാം.

റെജീന: (ധൃതിയിൽ തന്റെ ഷാൾ ധരിച്ചുകൊണ്ട്) ആകട്ടെ, ഇനി എത്ര യും പെട്ടെന്ന് ഇവിടന്നു രക്ഷപ്പെടുന്നതാണ് എനിക്കു നല്ലത്. ആ ബോട്ടു പിടിക്കാൻ എന്താണൊരു വഴിയെന്നു നോക്കട്ടെ. ആ പാസ്റ്റർ മനുഷ്യപ്പറ്റുള്ള നല്ലൊരു മനുഷ്യനാണ്. ആ പണത്തിൽ ആ നശിച്ച വയസ്സൻ ആശാരിക്കുള്ളത്രയും അവകാശം എനിക്കുമുണ്ടെന്നാണ് എന്റെയൊരു തോന്നൽ.

മിസിസ് ആൽവിങ്: സന്തോഷം റെജീനാ, നിനക്കതു കിട്ടട്ടെ.

റെജീന: (അവരുടെ നേർക്ക് ദൃഷ്ടിയുറപ്പിച്ചുകൊണ്ട്) കൊച്ചമ്മേ, ഒരു മാന്യ വ്യക്തിയുടെ മകളെപ്പോലെ എന്നെ വളർത്തുകയെങ്കിലും ചെയ്യാമായിരുന്നു നിങ്ങൾക്ക് എന്നു ഞാൻ ആശിച്ചുപോകുന്നു. ഇതിലും ഇത്തിരി ഭേദം അതായിരുന്നു. (തന്റെ തലയാട്ടുന്നു) എന്നിട്ടും, എന്തൊരു നരകം...! അല്ല, അതുകൊണ്ടെന്തു കാര്യം! (തുറക്കപ്പെടാത്ത കുപ്പിക്കു നേരെ പരുഷമായൊരു നോട്ടം പായിച്ചുകൊണ്ട്) ഒരു നാൾ ഞാനും കുടിക്കും ഷാംപെയ്ൻ, വലിയവരുടെ കൂടെ, അല്ലെങ്കിൽ ഞാൻ പെണ്ണല്ല, നിങ്ങൾ കണ്ടോ.

മിസിസ് ആൽവിങ്: എന്നെങ്കിലും നിനക്കൊരു വീട് വേണ്ടിവന്നാൽ, റെജീനാ, എന്റടുത്തേക്ക് വരിക.

റെജീന: ഇല്ല കൊച്ചമ്മേ, അതിന് നന്ദി. മാൻഡേഴ്സച്ചൻ എന്നെ നല്ല വണ്ണം സംരക്ഷിച്ചോളും. പിന്നെ കഷ്ടാൽ കഷ്ടകാലം വന്നാൽ എനിക്കു പറ്റിയ ഇടം ഏതാണെന്നും എനിക്കറിയാം.

മിസിസ് ആൽവിങ്: എവിടെയാണത്?

റെജീന: 'കേപ്റ്റൻ ആൽവിങ് മന്ദിരം.'

മിസിസ് ആൽവിങ്: റെജീനാ.... അതു ഞാൻ ഇപ്പൊഴേ കാണുന്നു... നീ പോകുന്നത് നിന്റെ നാശത്തിലേക്കാണ്...

റെജീന: ഓ, രക്ഷപ്പെടട്ടെ! നമസ്കാരം!

(അവൾ തല കുനിച്ച ശേഷം ഹാളിലൂടെ പുറത്തേക്ക് പോകുന്നു.)

ഓസ്‌വോൾഡ്: (ജനാലയ്ക്കൽനിന്ന് പുറത്തേക്ക് നോക്കിക്കൊണ്ട്) അവൾ പോയോ?

മിസിസ് ആൽവിങ്: പോയി.

ഓസ്‌വോൾഡ്: (തന്നോടു തന്നെ പിറുപിറുക്കുന്നു.) ഇത് ഇതൊരു കിറുക്കാണെന്ന് എനിക്ക് തോന്നുന്നു.

മിസിസ് ആൽവിങ്: (അയാളുടെ പിന്നിൽ ചെന്നു നിന്ന് തന്റെ കൈകൾ അയാളുടെ ചുമലുകളിൽ വെക്കുന്നു.) ഓസ്‌വോൾഡ്.... എന്റെ കുഞ്ഞേ... ഇതു നിനക്ക് കനത്തൊരാഘാതമായോ?

ഓസ്‌വോൾഡ്: (തന്റെ മുഖം അവരുടെ നേർക്ക് തിരിക്കുന്നു.) പപ്പയെക്കുറിച്ചുള്ള ഈവക കാര്യങ്ങൾ, എന്നാണോ നിങ്ങളുദ്ദേശിക്കുന്നത്?

മിസിസ് ആൽവിങ്: അതെ, നിന്റെ നിർഭാഗ്യവാനായ പാവം പപ്പ. ഇതു നിനക്ക് താങ്ങാവുന്നതിലും അധികമായോ എന്നു ഞാൻ വല്ലാതെ ഭയപ്പെടുന്നു.

ഓസ്‌വോൾഡ്: എന്തന്നാണ് അങ്ങനെയൊരു തോന്നൽ നിങ്ങളിലുണ്ടാക്കുന്നത്? തീർച്ചയായും, എനിക്കത് വലിയൊരാശ്ചര്യം പോലെയായിരുന്നു; പക്ഷേ അടിസ്ഥാനപരമായി എന്നിൽ അത് വളരെയേറെ വ്യത്യാസമൊന്നും ഉണ്ടാക്കുന്നില്ല.

മിസിസ് ആൽവിങ്: (തന്റെ കൈകൾ പിൻവലിച്ച്) ഇല്ലെന്നോ! നിന്റെ പപ്പ അത്രയ്ക്ക് നിശ്ശേഷ നിർഭാഗ്യവാനായിരുന്നു എന്നത്!

ഓസ്‌വോൾഡ്: തീർച്ചയായും എനിക്ക് അദ്ദേഹത്തിന്റെ പേരിൽ ഖേദമുണ്ട്, വേറെ ഏതൊരാളുടെ പേരിലും എനിക്ക് തോന്നാവുന്നതു പോലെ, പക്ഷേ....

മിസിസ് ആൽവിങ്: അത്രേയുള്ളൂ! നിന്റെ സ്വന്തം പപ്പയോട്!

ഓസ്‌വോൾഡ്: (അക്ഷമനായി) ഓ, പപ്പ.... പപ്പ! എന്റെ പപ്പയെക്കുറിച്ച് ഞാൻ ഒരിക്കലും യാതൊന്നുമറിഞ്ഞില്ല. അദ്ദേഹത്തെക്കുറിച്ച് ആകപ്പാടെ ഞാനോർമ്മിക്കുന്നത് ഒരിക്കലദ്ദേഹം എനിക്ക് ഓക്കാനമുണ്ടാക്കി എന്നതാണ്.

മിസിസ് ആൽവിങ്: എന്തൊരു ഭയങ്കര മനോഭാവം! എന്തൊക്കെ ആയിരുന്നാലും ഒരു കുട്ടി അവന്റെ പപ്പയെ ഇഷ്ടപ്പെടേണ്ടതല്ലേ?

ഓസ്‌വോൾഡ്: ഒരു കുട്ടിക്ക് തന്റെ പപ്പയോട് നന്ദിയുണ്ടാവാനുള്ള ഒരു വകയുമില്ലെങ്കിലോ? അതും ഒരിക്കലും കണ്ടറിഞ്ഞിട്ടില്ലാത്ത ഒരാളോട്? വാസ്തവത്തിൽ നിങ്ങൾ ഇപ്പോഴും ഇത്തരം പഴഞ്ചൻ അന്ധവിശ്വാസം വെച്ചു പുലർത്തുന്നുണ്ട്, അല്ലേ? അതും മറ്റെന്തിലും അത്രയേറെ ഉൽബുദ്ധയായ നിങ്ങൾ?

മിസിസ് ആൽവിങ്: നീ അതിനെ കേവലം അന്ധവിശ്വാസമെന്ന് വിശേഷിപ്പിക്കുന്നു!

ഓസ്‌വോൾഡ്: അതെ, നിങ്ങൾക്കത് ബോദ്ധ്യപ്പെടുന്നുണ്ട്, മമ്മാ. ഇതും കേവലം നമ്മെ ചുറ്റിക്കൂടി വഴി തെറ്റിക്കുന്ന ആശയങ്ങളിലൊന്നായി....

മിസിസ് ആൽവിങ്: (നടുങ്ങി) പ്രേതങ്ങൾ!

ഓസ്‌വോൾഡ്: (മുറിയുടെ കുറുകെ നടക്കുന്നു.) ശരി, വേണമെങ്കിൽ നിങ്ങൾ അവയെ പ്രേതങ്ങളെന്നു വിളിക്കുക.

മിസിസ് ആൽവിങ്: (സംഭ്രമത്തോടെ) ഓസ്‌വോൾഡ്.... അപ്പോൾ നീ എന്നെയും ഇഷ്ടപ്പെടുന്നില്ല.

ഓസ്‌വോൾഡ്: കൊള്ളാം, കുറഞ്ഞ പക്ഷം എനിക്കു നിങ്ങളെ കണ്ടറിയാമല്ലോ...

മിസിസ് ആൽവിങ്: അതെ, നിനക്കെന്നെ കണ്ടറിയാം. എന്നാലും അത്രേയുള്ളൂ!

ഓസ്‌വോൾഡ്: നിങ്ങൾക്കെന്നോട് എത്ര മാത്രം വാത്സല്ല്യമുണ്ടെന്നും എനിക്കറിയാം. അങ്ങനെയൊന്നിന്റെ പേരിലെങ്കിലും ഞാൻ നിങ്ങളോട് കൃതജ്ഞതയുള്ളവനായിരുന്നേ പറ്റൂ. ഇപ്പോൾ ഞാനൊരു രോഗിയായതുകൊണ്ട് നിങ്ങളെക്കൊണ്ടെനിക്ക് അങ്ങേയറ്റത്തെ പ്രയോജനവുമുണ്ടാകും.

മിസിസ് ആൽവിങ്: അതെ, എനിക്കതിന് കഴിയും. കഴിയാതിരിക്കുകയോ ഓസ്‌വോൾഡ്! ഹോ, നിന്നെ ഇങ്ങോട്ട് എന്റെ അരികിലേക്കോടിച്ച ഈ അസുഖത്തോടാണ് എന്റെ കൃതജ്ഞത. നിന്നെ പൂർണ്ണമായും എന്റേതാക്കി മാറ്റാൻ ഇനിയുമെനിക്ക് കഴിഞ്ഞിട്ടില്ലെന്ന് എനിക്ക് ബോദ്ധ്യപ്പെടുന്നു. എനിക്കു നിന്നെ നേടിയേ കഴിയൂ.

ഓസ്‌വോൾഡ്: (അക്ഷമനായി) ശരി, ശരി, ശരി, പക്ഷേ ഇതെല്ലാം പൊള്ളവാക്കുകളാണ്. മമ്മാ, ഞാനൊരു രോഗിയാണെന്ന് നിങ്ങളോർക്കണം. മറ്റുള്ളവരെക്കുറിച്ച് അധികമാലോചിച്ച് ബുദ്ധിമുട്ടാൻ എനിക്കാവില്ല, എനിക്ക് എന്നെക്കുറിച്ചു തന്നെ ചിന്തിക്കാൻ വേണ്ടുവോളമുണ്ട്.

മിസിസ് ആൽവിങ്: (താഴ്ന്ന സ്വരത്തിൽ) ഞാൻ ശാന്തമായും ക്ഷമയോടെയുമിരിക്കും.

ഓസ്‌വോൾഡ്: പിന്നെ സന്തോഷത്തോടെയും, മമ്മാ.

മിസിസ് ആൽവിങ്: അതെ, എന്റെ മുത്തേ, നീ പറയുന്നതാണ് ശരി. (അയാളുടെ അരികിലേക്ക് ചെല്ലുന്നു.) ഇപ്പോൾ നിന്റെയാ പശ്ചാത്താപവും ആത്മനിന്ദയുമെല്ലാം ഞാൻ എടുത്തു മാറ്റിക്കഴിഞ്ഞില്ലേ?

ഓസ്‌വോൾഡ്: ശരിയാണ്, നിങ്ങൾ മാറ്റി. എന്നാലിപ്പോൾ ഈ ഭയാനുഭവം ഇല്ലാതാക്കാൻ ആരുണ്ട്?

മിസിസ് ആൽവിങ്: ഭയമോ?

ഓസ്‌വോൾഡ്: (മുറിയുടെ കുറുകെ നടക്കുന്നു) റെജീന അതു ചെയ്യുമായിരുന്നു, വെറുമൊരഭ്യർത്ഥന കൊണ്ടു തന്നെ.

മിസിസ് ആൽവിങ്: നീ പറയുന്നത് എനിക്ക് മനസ്സിലാവുന്നില്ല. ഇപ്പറയുന്ന ഭയവുമായും... പിന്നെ റെജീനയുമായും?

ഓസ്‌വോൾഡ്: മമ്മാ, സമയം ഏറെ വൈകിയോ?

മിസിസ് ആൽവിങ്: ഇത് പുലർകാലമാണ്. (അവർ തോട്ടപ്പുരയിൽ നിന്നും പുറത്തേക്ക് നോക്കുന്നു.) മലമുകളിൽ പുലരിവെളിച്ചം പരന്നുകഴിഞ്ഞു. ഓസ്‌വോൾഡ്, അന്തരീക്ഷം നന്നായി തെളിയാൻ പോകുന്നു! ഇത്തിരി കൂടി കഴിയുമ്പോൾ നിനക്ക് സൂര്യനെ കാണാനാവും.

ഓസ്‌വോൾഡ്: അതിനാണ് ഞാൻ കാത്തിരിക്കുന്നത്. ഓ, എനിക്ക് ആനന്ദം കണ്ടെത്താനാവുന്ന ഒട്ടേറെ കാര്യങ്ങൾ ഇനിയുമുണ്ടാവാം, പിന്നെയും ജീവിതം തുടരുവാൻ...

മിസിസ് ആൽവിങ്: ഞാനും അതു തന്നെ ചിന്തിക്കുന്നു!

ഓസ്‌വോൾഡ്: എനിക്ക് ജോലി ചെയ്യാൻ കഴിയാതെ പോയാലും, ഞാൻ...

മിസിസ് ആൽവിങ്: ഓ, എന്റെ കുഞ്ഞേ, ഇനി എത്രയും വേഗം ജോലി ചെയ്യാനുള്ള കഴിവ് നിനക്ക് വീണ്ടുകിട്ടും. ഏതായാലും നിന്നെ അലട്ടുകയും നിരാശപ്പെടുത്തുകയും ചെയ്യുന്ന ആ ക്ലേശകരമായ ചിന്തകളിൽനിന്നും നീ വിടുതൽ നേടിയല്ലോ.

ഓസ്‌വോൾഡ്: അതെ, ഇപ്പോൾ ഏതോ വിധത്തിൽ ആ പേ പിടിച്ച ചിന്തകളിൽനിന്നും മോചനം നേടാൻ നിങ്ങളെന്നെ തുണച്ചു, അതൊരു നല്ല കാര്യമായി. ഇനിയിപ്പോൾ ഈ അവസാനത്തെ പ്രശ്നം കൂടി

പരിഹരിക്കാൻ എനിക്ക് കഴിഞ്ഞിരുന്നെങ്കിൽ... (സോഫയിൽ ഇരിക്കുന്നു.) മമ്മാ, നമുക്കല്പം ഇരുന്നു സംസാരിക്കാം.

മിസിസ് ആൽവിങ്: തീർച്ചയായും.

(അവർ സോഫയ്ക്കരികിലേക്ക് ഒരു കസേര തള്ളിനീക്കി അയാളുടെ സമീപത്തിരിക്കുന്നു.)

ഓസ്‌വോൾഡ്: .... അതിനിടയിൽ സൂര്യനുദിക്കുകയും ചെയ്യും. അതോടെ നിങ്ങൾക്കു മനസ്സിലാകും. അതോടെ എന്റെ ഈ ഭയാനുഭവം പാടേ വിട്ടൊഴിയും.

മിസിസ് ആൽവിങ്: നീ പറഞ്ഞത്, എനിക്ക് എന്തു മനസ്സിലാകുമെന്നാണ്?

ഓസ്‌വോൾഡ്: (അതു ശ്രദ്ധിക്കാതെ) മമ്മാ, സന്ധ്യയ്ക്കു മുമ്പ് നിങ്ങൾ പറഞ്ഞിരുന്നില്ലേ, ഞാൻ ആവശ്യപ്പെടുന്നതെന്തും നിങ്ങൾ എനിക്ക് ചെയ്തു തരുമെന്ന്?

മിസിസ് ആൽവിങ്: അതെ, എന്നു തന്നെയാണ് ഞാൻ പറഞ്ഞത്.

ഓസ്‌വോൾഡ്: അതു നിങ്ങൾ കാര്യമായിത്തന്നെ പറഞ്ഞതാണല്ലൊ?

മിസിസ് ആൽവിങ്: നിനക്ക് എന്നെ ആശ്രയിക്കാം, എന്റെ ജീവനായ, പൊന്നുമോനേ. എന്റെ ഈ ജീവിതം നിനക്കു വേണ്ടി മാത്രമാണ്, മറ്റൊന്നിനുമല്ല.

ഓസ്‌വോൾഡ്: ശരി, അങ്ങനെയാവട്ടെ, എങ്കിൽ ഇനി ഞാൻ പറയട്ടെ... മമ്മാ, എനിക്കറിയാം നിങ്ങളുടെ അസാധാരണ മനക്കരുത്ത്. നിങ്ങൾ അങ്ങേയറ്റം ശാന്തമായിരുന്ന് ഇതു കേൾക്കണം.

മിസിസ് ആൽവിങ്: ഇതെന്തു ഭയങ്കര സംഗതിയാണ്...?

ഓസ്‌വോൾഡ്: നിങ്ങൾ നിലവിളിച്ചേക്കരുത്. കേൾക്കുന്നുണ്ടോ നിങ്ങൾ? വാക്കു തരുമോ നിങ്ങൾ? തികച്ചും ശാന്തമായിരുന്ന് അത് പറഞ്ഞു തീർക്കുവാൻ നിങ്ങൾ അനുവദിക്കുമല്ലൊ? വാക്കു തരില്ലേ മമ്മാ?

മിസിസ് ആൽവിങ്: ശരി, ശരി, ഞാൻ വാക്കു തരുന്നു. ഇനി പറയൂ!

ഓസ്‌വോൾഡ്: അപ്പോൾ ശരി, എന്റെ ഈ ക്ഷീണാവസ്ഥയെ സംബന്ധിക്കുന്നതെല്ലാം നിങ്ങളോടെനിക്ക് പറഞ്ഞേ പറ്റൂ... ജോലിയെക്കുറിച്ചുള്ള ചിന്ത തന്നെ അസഹ്യമാകുന്നതിനെപ്പറ്റി... എന്റെ യഥാർത്ഥ രോഗം ഇതൊന്നുമല്ല തന്നെ....

മിസിസ് ആൽവിങ്: അപ്പോൾ, എന്താണ് ഈ രോഗം?

ഓസ്‌വോൾഡ്: ഈ രോഗം എനിക്കു ജന്മനാ കിട്ടിയതാണ്....

(അയാൾ തന്റെ നെറ്റിയിലേക്ക് ചൂണ്ടുന്നു. എന്നിട്ട് പതുക്കെ)

... ഇവിടെയാണതിന്റെ ഇരിപ്പിടം.

മിസിസ് ആൽവിങ്: (മിക്കവാറും ശബ്ദിക്കാനാവാതെ) ഓസ്‌വോൾഡ്! ഇല്ല! ഇല്ല!

ഓസ്‌വോൾഡ്: നിലവിളിക്കല്ലേ. അതെനിക്ക് സഹിക്കാനാവില്ല. അതെ മമ്മാ, അത് ഇതിനുള്ളിൽ പതിയിരിക്കുന്നു. ഒരു നാൾ, ഒരു നിമിഷം അത് പൊട്ടിപ്പുറപ്പെടുകയും ചെയ്യും.

മിസിസ് ആൽവിങ്: ഹോ, എന്തു ഭയാനകം...!

ഓസ്‌വോൾഡ്: ശാന്തമായിരിക്കൂ. അങ്ങനെയൊരു ദുർഗ്ഗതിയിലാണ് ഞാൻ അകപ്പെട്ടിരിക്കുന്നത്....

മിസിസ് ആൽവിങ്ങ്: (ചാടിയെഴുന്നേൽക്കുന്നു.) ഇതു സത്യമല്ല, ഓസ്‌വോൾഡ്! ഇത് അസംഭവ്യമാണ്! ഇത് അങ്ങനെയാവില്ല.

ഓസ്‌വോൾഡ്: ഇതിന്റെ ഒരാക്രമണം അവിടെ വെച്ച് ഞാൻ അനുഭവിച്ചിരുന്നു. അത് ഉടനെ ശമിക്കുകയും ചെയ്തിരുന്നു. പക്ഷേ എന്താണെന്നെ പിടികൂടിയതെന്നു കേട്ടപ്പോൾ പെട്ടെന്നെനിക്ക് ഈ അതിഭീകരമായ, അതിദയനീയമായ ഭയാനുഭവമുണ്ടായി. അതുകൊണ്ടാണ് ഞാൻ കഴിയുന്നത്ര വേഗം നിങ്ങളുടെ അടുത്തേക്ക് പുറപ്പെട്ടത്.

മിസിസ് ആൽവിങ്ങ്: അപ്പോൾ ഇതാണ് ആ ഭയാനുഭവത്തിന്....!

ഓസ്‌വോൾഡ്: അതെ, ഇതാണെന്നെ തീർത്തും നിസ്സഹായനാക്കുന്നത്, നിങ്ങൾക്ക് മനസ്സിലാകുന്നുണ്ടല്ലോ. ഇത് സർവ്വസാധാരണമായ ഏതെങ്കിലും മാരക രോഗം മാത്രമായിരുന്നെങ്കിൽ വേണ്ടില്ലായിരുന്നു... കാരണം മരിക്കാൻ എനിക്ക് പേടിയൊന്നുമില്ല, ആവോളം ജീവിക്കാൻ ആശയുണ്ടെങ്കിലും.

മിസിസ് ആൽവിങ്ങ്: നിശ്ചയമായും ഓസ്‌വോൾഡ്, നീ ജീവിച്ചേ മതിയാവൂ!

ഓസ്‌വോൾഡ്: പക്ഷേ അത് അസഹ്യമാം വിധം അരോചകമായിരിക്കും. വീണ്ടും ആവതില്ലാത്തൊരു ശിശുവായി മാറുക. മറ്റൊരാൾ ആഹാരം കഴിപ്പിക്കുക, മറ്റൊരാൾ... ഹോ, ചിന്തിക്കാൻ പോലുമാകുന്നില്ല!

മിസിസ് ആൽവിങ്ങ് : എന്റെ കുഞ്ഞിനെ പരിചരിക്കാൻ അവന്റെ മമ്മയുണ്ടാകും.

ഓസ്‌വോൾഡ്: പറ്റില്ല, ഒരിക്കലും. അതാണ് ഞാൻ അശേഷം ആഗ്രഹിക്കാത്തത്. വർഷങ്ങളോളം അങ്ങനെ കിടക്കേണ്ടിവരിക എന്ന വിചാരംതന്നെ എനിക്ക് താങ്ങാനാവാത്തതാണ്.... എനിക്ക് ജരയും നരയും വരുംവരെ. അതിനിടയിൽ നിങ്ങൾ എന്നെ വിട്ട്... മരിച്ചുപോയേക്കാനും മതി. (അയാൾ മിസിസ് ആൽവിങ്ങിന്റെ കസേരയിലിരിക്കുന്നു) കാരണം, ഡോക്ടർ പറഞ്ഞത് ഇത് ഉടൻ മൂർഛിച്ച് മരണകാരണമായേ അടങ്ങൂ എന്നില്ല എന്നാണ്. തലച്ചോറിനെ ദ്രവിപ്പിക്കുന്ന ഏതോ തരത്തിലുള്ള... അങ്ങനെയെന്തോ ആണ് ഡോക്ടർ പറഞ്ഞത്. (വ്യസനത്തോടെ പുഞ്ചിരിക്കുന്നു) ആ പ്രയോഗം എനിക്ക് വളരെ ഹൃദ്യമായി തോന്നുന്നു. അത് എല്ലായ്പ്പോഴും ചെറിച്ചുവപ്പുള്ള വെൽവെറ്റ് തിരശ്ശീലകളെക്കുറിച്ചാലോചിക്കാൻ എനിക്ക് പ്രേരണയാകാറുണ്ട്... മൃദുലവും ലോലവുമായ എന്തിനേയോ തൊടുന്നതുപോലെ ഒരനുഭവം.

മിസിസ് ആൽവിങ്ങ്: (നിലവിളിക്കുന്നു) ഓസ്‌വോൾഡ്!

ഓസ്‌വോൾഡ്: (വീണ്ടും ചാടിയെഴുന്നേൽക്കുന്നു, മുറിക്ക് കുറുകെ നടക്കുന്നു.) എന്നിട്ടിപ്പോൾ നിങ്ങളിതാ റെജീനയേയും എന്നിൽനിന്ന് അകറ്റിയിരിക്കുന്നു! അവളെങ്കിലും എനിക്കുണ്ടായിരുന്നെങ്കിൽ ഒരു മടിയും കൂടാതെ ഈ ഒരു കൈ സഹായം അവളെനിക്ക് നൽകുമായിരുന്നു.

മിസിസ് ആൽവിങ്ങ്: (അയാളുടെ അരികിലേക്ക് നടക്കുന്നു.) എന്റെ കുഞ്ഞേ, അതുകൊണ്ട് നീ എന്താണുദ്ദേശിക്കുന്നത്? നിനക്കു വേണ്ടി എനിക്ക് ചെയ്തു തരാൻ കഴിയാത്തതായി എന്തുണ്ട് ഈ ലോകത്ത്?

ഓസ്‌വോൾഡ്: അവിടെ വെച്ച് അന്നുണ്ടായ ആ ആക്രമണത്തിനുശേഷം വീണ്ടും ഞാൻ ഡോക്ടറെ ചെന്നു കണ്ടപ്പോൾ അദ്ദേഹം പറഞ്ഞു, അത് വീണ്ടും സംഭവിച്ചാൽ - അത് വീണ്ടും സംഭവിക്കുമെന്നുറപ്പ് - പിന്നെ ആശിക്കാനൊന്നുമില്ല.

മിസിസ് ആൽവിങ്: അയാൾക്കെങ്ങനെ കഴിഞ്ഞു ഇത്ര ഹൃദയശൂന്യമായി...

ഓസ്‌വോൾഡ്: അതറിയാൻ ഞാൻ നിർബന്ധം പിടിച്ചു. ഞാൻ പറഞ്ഞു എനിക്ക് ചില ഒരുക്കങ്ങൾ നടത്താനുണ്ടെന്ന്. (അയാൾ കൗശലപൂർവ്വം പുഞ്ചിരിക്കുന്നു.) അത് അങ്ങനെ ആയിരുന്നുതാനും. (അയാൾ തന്റെ കോട്ടിന്റെ മാറത്തെ പോക്കറ്റിൽനിന്നും ഒരു ചെറിയ ഡപ്പി പുറത്തെടുക്കുന്നു) മമ്മാ, നിങ്ങളിതു കണ്ടുവോ?

മിസിസ് ആൽവിങ്: എന്തായിത്?

ഓസ്‌വോൾഡ്: മോർഫിൻ.

മിസിസ് ആൽവിങ്: (കൊടുംഭീതിയോടെ അയാളെ നോക്കുന്നു.) ഓസ്‌വോൾഡ് എന്റെ മോനേ!

ഓസ്‌വോൾഡ്: പന്ത്രണ്ടു ഗുളികകൾ ഞാൻ കരുതി വെച്ചിട്ടുണ്ട്.

മിസിസ് ആൽവിങ്: (അത് തട്ടിപ്പറിക്കാൻ ശ്രമിക്കുന്നു.) ആ ഡപ്പി ഇങ്ങു തരൂ, ഓസ്‌വോൾഡ്!

ഓസ്‌വോൾഡ്: സമയമായില്ല, മമ്മാ.

(അയാൾ ആ ഡപ്പി തന്റെ പോക്കറ്റിൽ തിരികെ വെക്കുന്നു.)

മിസിസ് ആൽവിങ്: എനിക്കിത് സഹിക്കാനാവുന്നില്ലേ!

ഓസ്‌വോൾഡ്: ഇതു നിങ്ങൾ സഹിച്ചേ തീരൂ. ഇപ്പോൾ ഇവിടെ റെജീന ഉണ്ടായിരുന്നെങ്കിൽ സ്ഥിതിഗതികൾ അവളോടു ഞാൻ തുറന്നുപറയുമായിരുന്നു.... എന്നിട്ട് ഈ അവസാനത്തെ ഒരു കൈ സഹായത്തിന് അവളോടു ഞാൻ ആവശ്യപ്പെടുമായിരുന്നു. എന്നെ അവൾ സഹായിക്കുമായിരുന്നു, എനിക്ക് ഉറപ്പുണ്ട്.

മിസിസ് ആൽവിങ്: ഒരിക്കലുമുണ്ടാവില്ല!

ഓസ്‌വോൾഡ്: കരാളമായ ഈ ഒഴിയാബാധ തകർത്തെറിഞ്ഞ എന്നെ കണ്ടാൽ, ആവതില്ലാതെ ഞാൻ കിടക്കുന്നതു കണ്ടാൽ, ബുദ്ധിയുറക്കാത്ത ഒരു കുഞ്ഞിനെപ്പോലെ, സുഖപ്പെടാനുള്ള എല്ലാ ആശകളുമറ്റ്....

മിസിസ് ആൽവിങ്: റെജീന ഒരിക്കലും അത് ചെയ്തേക്കില്ല, ഒരിക്കലും!

ഓസ്‌വോൾഡ്: റെജീന അത് ചെയ്യുമായിരുന്നു. റെജീന നിങ്ങൾക്ക് വിശ്വസിക്കാനാവാത്തത്രയും ലാഘവബുദ്ധിയാണ്. എന്നുമല്ല, എന്നെപ്പോലൊരു രോഗിയെ പരിചരിക്കുന്നത് അവളെ വേഗം മടുപ്പിക്കുകയും ചെയ്യും.

മിസിസ് ആൽവിങ്: അപ്പോൾ അവൾ ഇവിടെ ഇല്ലാത്തത് ദൈവകൃപ!

ഓസ്‌വോൾഡ്: അങ്ങനെയെങ്കിൽ മമ്മാ, ഇനി ആ സഹായഹസ്തം എനിക്കു നീട്ടേണ്ടത് നിങ്ങളാണ്.

മിസിസ് ആൽവിങ്: (ഒരു നിലവിളിയോടെ) ഞാൻ!

ഓസ്‌വോൾഡ്: അതിന് നിങ്ങളേക്കാൾ അവകാശമുള്ള മറ്റൊരാളില്ല.

മിസിസ് ആൽവിങ്: 'യുഞാൻ! നിന്റെ മമ്മ!

ഓസ്‌വോൾഡ്: അക്കാരണത്താൽത്തന്നെ.

മിസിസ് ആൽവിങ്: ഞാൻ! നിനക്കു ജീവൻ തന്നവൾ!

ഓസ്‌വോൾഡ്: എനിക്കു ജീവൻ തരാൻ ഒരിക്കലും ഞാൻ നിങ്ങളോട് ആവശ്യപ്പെട്ടില്ല. അതും ഇതെന്തൊരു ജീവിതമാണ് എനിക്കു നിങ്ങൾ തന്നത്? ഇത് എനിക്കു വേണ്ടാ! ഇത് തിരിച്ചെടുക്കുക!

മിസിസ് ആൽവിങ്: രക്ഷിക്കണേ! രക്ഷിക്കണേ!

(അവർ ഹാളിലേക്കോടുന്നു.)

ഓസ്‌വോൾഡ്: എന്നെ വിട്ടു പോകല്ലേ! നിങ്ങൾ എങ്ങോട്ടു പോകുന്നു?

മിസിസ് ആൽവിങ്: (ഹാളിൽ) ഡോക്ടറെ കൊണ്ടുവരാൻ, ഓസ്‌വോൾ ഡ്! ഞാൻ പുറത്തേക്കു പോകട്ടെ!

ഓസ്‌വോൾഡ്: (ഹാളിലെത്തി) നിങ്ങൾ പുറത്തേക്ക് പോകുന്നില്ല. ആരും അകത്തേക്ക് വരുന്നുമില്ല.

(ഒരു താക്കോൽ തിരിക്കപ്പെടുന്നു.)

മിസിസ് ആൽവിങ്: (അകത്തേക്ക് മടങ്ങിവരുന്നു.) ഓസ്‌വോൾഡ്! ഓസ്‌വോൾഡ്!... എന്റെ കുഞ്ഞേ!

ഓസ്‌വോൾഡ്: (അവരെ പിന്തുടർന്നുകൊണ്ട്) എന്നോട് നിങ്ങൾക്ക് സ്നേഹമുണ്ടെങ്കിൽ, മമ്മാ... പറഞ്ഞറിയിക്കാനാവാത്ത ഈ നരക യാതന ഞാൻ അനുഭവിക്കുന്നതു കാണാൻ എങ്ങനെ നിങ്ങൾക്ക് കഴിയും?

മിസിസ് ആൽവിങ്: (നിമിഷ നേരത്തെ നിശ്ശബ്ദതയ്ക്കു ശേഷം, ദൃഢസ്വര ത്തിൽ) അതിനുള്ള സഹായം ഇതാ സ്വീകരിച്ചോളൂ.

ഓസ്‌വോൾഡ്: നിങ്ങൾ....?

മിസിസ് ആൽവിങ്: അതു വേണ്ടിവന്നാൽ. പക്ഷേ അത് വേണ്ടിവരില്ല. ഇല്ല, ഇല്ല. അത് തീർത്തും അസംഭവ്യമാണ്.

ഓസ്‌വോൾഡ്: ആവട്ടെ, നമുക്ക് അങ്ങനെ ആശിക്കാം. കഴിയുന്നിടത്തോളം നമുക്ക് ഒരുമിച്ച് ജീവിക്കുകയും ചെയ്യാം. മമ്മാ, നിങ്ങൾക്കു നന്ദി.

(മിസിസ് ആൽവിങ് സോഫയ്ക്കരികിലേക്ക് നീക്കി വെച്ച കസേരയിൽ അയാൾ ഇരിക്കുന്നു. നേരം പുലരുകയാണ്; മേശപ്പുറത്തെ വിളക്ക് ഇപ്പോഴും പ്രകാശിച്ചുകൊണ്ടി രിക്കുന്നു.)

മിസിസ് ആൽവിങ്: (കരുതലോടെ അയാളെ സമീപിച്ചുകൊണ്ട്) ഇപ്പോൾ നിനക്ക് ഇത്തിരി സമാധാനം തോന്നുന്നുണ്ടോ?

ഓസ്‌വോൾഡ്: ഉണ്ട്.

മിസിസ് ആൽവിങ്: (അയാൾക്കുപരി ചാഞ്ഞ്) ഓസ്‌വോൾഡ്, എന്തൊക്കെ ഭയങ്കര വിചാരങ്ങളാണ് നിന്റെ തലയിൽ കടന്നുകൂടിയിരിക്കുന്നത്. പക്ഷേ എല്ലാം വെറും ഭാവനയാണ്. എല്ലാം ചേർന്ന് നിനക്ക് താങ്ങാനാവാത്ത വിധം നിന്റെ സമനില തെറ്റിക്കുകയാണ്. ഇനി യെങ്കിലും നിനക്ക് സുഖകരമായൊരു നീണ്ട വിശ്രമം സാധിക്കും; എന്റെ പൊന്നുമോനേ, സ്വന്തം വീട്ടിൽ നിന്റെ മമ്മയുടെ അരികിൽ പരിപൂർണ്ണ സ്വസ്ഥതയോടെ. നീ ഒരു ചെറിയ കുഞ്ഞായിരുന്ന കാലത്തെന്നപോലെ, നിനക്ക് ആവശ്യമായതെന്തും നിനക്ക്

കിട്ടിയിരിക്കും. ഇതാ കണ്ടില്ലേ, ആ ആക്രമണം കഴിഞ്ഞുപോയി. എത്ര പെട്ടെന്നാണ് അത് കടന്നുപോയതെന്ന് നീ തിരിച്ചറിഞ്ഞില്ലേ. ഓ, എനിക്കറിയാം അതങ്ങനെയേ... നോക്കൂ ഓസ്‌വോൾഡ്, എത്ര മനോഹരമായൊരു ദിവസമാണ് നമുക്കുണ്ടാവാൻ പോകുന്നത്? ഇനി നിനക്ക് എല്ലാ ഇടവും ശരിക്ക് കാണാനാവും.

(അവർ മേശയ്ക്കരികിലേക്ക് നടന്ന് വിളക്ക് കെടുത്തുന്നു. സൂര്യോദയം. പശ്ചാത്തലത്തിലെ ഹിമപ്പരപ്പും പർവ്വത ശിഖരങ്ങളും പുലരിവെളിച്ചത്തിൽ തിളങ്ങുന്നു.)

ഓസ്‌വോൾഡ്: (ഈ കാഴ്ചയ്ക്ക് പുറംതിരിഞ്ഞ്, കസേരയിൽ നിശ്ചലനായിരിക്കുന്നു, പൊടുന്നനെ പറയുന്നു.) മമ്മാ, എനിക്ക് സൂര്യനെ തരൂ.

മിസിസ് ആൽവിങ്: (മേശയ്ക്കരികിൽ നിന്ന്, ഞെട്ടലോടെ അയാളെ നോക്കുന്നു.) നീ എന്താണ് പറയുന്നത്?

ഓസ്‌വോൾഡ്: (മന്ദമായും വിരസമായും ആവർത്തിക്കുന്നു.) സൂര്യൻ. സൂര്യൻ.

മിസിസ് ആൽവിങ്: (അയാളുടെ അടുത്തേക്ക്) ഓസ്‌വോൾഡ്, എന്തുപറ്റി നിനക്ക്? (ഓസ്‌വോൾഡ് തന്റെ കസേരയിൽ ചുരുങ്ങിക്കൂടുന്നതുപോലെ കാണപ്പെടുന്നു, അയാളുടെ മാംസപേശികളെല്ലാം അയഞ്ഞുപോകുന്നു, അയാളുടെ മുഖം വികാര രഹിതമാണ്, അയാളുടെ കണ്ണുകൾ ശൂന്യമായി തുറിക്കുന്നു. മിസിസ് ആൽവിങ് ഉൽക്കടഭീതിയാൽ വിറയ്ക്കുന്നു.) എന്താണിത്? (ആർത്തനാദം) ഓസ്‌വോൾഡ് എന്തു പറ്റി! നിനക്ക്! (അയാളുടെ സമീപം മുട്ടിന്മേൽ വീഴുകയും അയാളെ കുലുക്കി വിളിക്കുകയും ചെയ്യുന്നു) ഓസ്‌വോൾഡ്! ഓസ്‌വോൾഡ്! എന്നെ നോക്കൂ! നിനക്ക് എന്നെ മനസ്സിലാവുന്നില്ലേ?

ഓസ്‌വോൾഡ്: (പഴയപടി വിരസമായി) സൂര്യൻ .... സൂര്യൻ.

മിസിസ് ആൽവിങ്: (തീവ്ര വേദനയോടെ ചാടിയെഴുന്നേൽക്കുന്നു, ഇരു കൈകളാലും തന്റെ തലമുടി ആഞ്ഞു വലിക്കുന്നു, അലറുന്നു.) എനിക്കിത് പൊറുക്കാനാവില്ല! (സ്തബ്ധയായതുപോലെ, മന്ത്രിക്കുന്നു.) എനിക്കിത് പൊറുക്കാനാവില്ല! ഒരിക്കലും! (പെട്ടെന്ന്) ഇവനത് എവിടെ വെച്ചു? (ധൃതഗതിയിൽ അയാളുടെ മാറത്ത് തപ്പുന്നു.) ഇവിടെ! (ഒന്നുരണ്ടടി പിന്നാക്കം മാറിക്കൊണ്ട് ആർത്തുകരയുന്നു.) ഇല്ല, ഇല്ല, ഇല്ല! ..... ശരി!..... ഇല്ല..... ഇല്ല!

(അവർ അയാളിൽനിന്നും ഏതാനും ചുവടുകൾ പിന്മാറി നിൽക്കുന്നു, ഇരു കൈകളാലും തന്റെ മുടിയിഴകൾ ഊക്കോടെ വലിക്കുന്നു, മൂകയായും സംഭീതയായും അയാളെ പകച്ചു നോക്കുന്നു.)

ഓസ്‌വോൾഡ്: (പഴയപോലെ ചലനമറ്റിരുന്നും വികാര ശൂന്യമായും) സൂര്യൻ.... സൂര്യൻ.

●